சிதம்பர நினைவுகள்

மலையாள மூலம் : பாலசந்திரன் சுள்ளிக்காடு

தமிழில் : கே.வி.ஷைலஜா

சிதம்பர நினைவுகள்	:	வாழ்வியல் கட்டுரைகள்
ஆசிரியர்	:	பாலசந்திரன் சுள்ளிக்காடு
தமிழில்	:	கே.வி.ஷைலஜா
	:	© ஆசிரியருக்கு
முதற்பதிப்பு	:	டிசம்பர் 2003
இருபத்தி மூன்றாம் பதிப்பு	:	செப்டம்பர் 2024
வெளியீடு	:	வம்சி புக்ஸ்
		19, டி.எம்.சாரோன்,
		திருவண்ணாமலை - 606 601
		9445870995, 04175-235806
அச்சாக்கம்	:	மணி ஆப்செட், சென்னை - 600 077
விலை	:	₹ 200/-
ISBN	:	978-93-80545-07-3

Chithambara Ninaivugal	:	Articles on the Art of Living
Author	:	Balachandran Chullikadu
In Tamil	:	K.V.Shylaja
	:	© Author
First Edition	:	December 2003
Twenty Three Edition	:	September 2024
Published by	:	Vamsi books
		19.D.M.Saron,
		Tiruvannamalai - 606 601
		9445870995, 04175-235806
Printed by	:	Mani Offset, Chennai - 600 077
	:	₹ 200/-
ISBN	:	978-93-80545-07-3

www.vamsibooks.com - e-mail: vamsibooks@yahoo.com

என் பவாவுக்கு...

பாலசந்திரன் சுள்ளிக்காடு

கேரள நவீனக் கவிதையின் சொத்து என்று அறியப்படுகிற பாலச்சந்திரன், 1957இல் கொச்சிக்கருகில் பரவூரில் பிறந்தார். மகாராஜாஸ் கல்லூரியில் பட்டப் படிப்பு.

'பதினெட்டு கவிதைகள்', 'அமாவாசி', 'கஸல்', 'ட்ராகுலா' என்ற கவிதைத் தொகுப்புகள் வெளிவந்துள்ளன.

ஹிந்தி, பெங்காலி, மராத்தி, அஸ்ஸாமி, பஞ்சாபி, கன்னடம், தமிழ் போன்ற இந்திய மொழிகளிலும், ஆங்கிலம், ஃபிரெஞ்சு, ஸ்பானிஷ், ஸ்வீடிஷ் போன்ற உலக மொழிகளிலும் இவர் கவிதைகள் மொழி பெயர்க்கப்பட்டுள்ளன.

இலக்கியத்தின் பெயரால் இவருக்குத் தரப்படும் எந்த விருதையும் பணத்தையும் நிராகரித்துள்ளார்.

உலகின் பல நாடுகளின் அழைப்பின் பேரில் சென்று இந்தியக் கவிதைகளைப் பிரதிநிதித்துவப்படுத்தியுள்ளார்.

டி.சி.புக்ஸ் இவருடைய மொத்தக் கவிதைகளையும் தொகுத்து பாலச்சந்திரன் சுள்ளிக்காடின் கவிதைகள் என்ற பெயரில் வெளியிட்டுள்ளது.

மாவட்டக் கருவூலப்பணியிலிருக்கும் இவர், மனைவி விஜயலக்ஷ்மியோடும், மகன் அப்புவோடும் நீலாம்பரி என்ற தன் வீட்டில் எர்ணாகுளத்தில் வசிக்கிறார்.

கே.வி.ஷைலஜா

தமிழ் மண்ணில் வளர்ந்தாலும் தன் தாய் பூமியான கேரளாவின், மழைநீரில் பாசி படர்ந்த குளிர் மணத்தை தனக்குள்ளே தக்கவைத்துக் கொண்டிருப்பவர்.

மளையாளக் கவிஞர் பாலச்சந்திரன் சுள்ளிக்காடு எழுதிய சிதம்பர நினைவுகள் கட்டுரைத் தொகுப்பு மொழிபெயர்க்கவே, பேச மட்டும் தெரிந்த தாய்மொழியான மலையாளத்தை வாசிக்கவும் கற்றுக் கொண்டார்.

அதன்பிறகு என்.எஸ்.மாதவன், மம்முட்டி, கெ. ஆர்.மீரா, கல்பட்டா நாராயணன், சிஹாபுதின் பொய்த்தும்கடவு, எம்.டி.வாசுதேவன் நாயர், பாக்கியலஷ்மி, உமா பிரேமன் ஆகியோரது படைப்புகளையும் மொழிபெயர்த்திருக்கிறார். முத்தியம்மா, உருவமற்ற என் முதல் ஆண் என்ற இரண்டு கட்டுரைத் தொகுப்புகள் நேரடியாகத் தமிழிலும், தென்னிந்தியச் சிறுகதைகள் (தமிழ், மலையாளம், தெலுங்கு, கன்னடம்), பச்சை இருளனின் சகா பொந்தன் மாடன் (தமிழ், மலையாளம்) என்ற தொகுப்புகளையும் தமிழுக்குத் தந்திருக்கிறார்.

கலை இலக்கியப் பேரவை விருது, திருப்பூர் தமிழ்ச் சங்க விருது, கனடா தோட்ட விருது, பெண் படைப்பாளிக்களுக்கான

சக்தி விருது, மொழிபெயர்ப்புக்கான கலை இலக்கிய விருது பெற்றிருக்கிறார். கேரள மண்ணிலிருந்து அவர்களின் படைப்பாளிகளைத் தமிழுக்கு கொண்டு வந்ததற்காக 'காலியத் தாமோதரன் விருது' வழங்கி கௌரவித்திருக்கிறது.

வம்சி புக்ஸ் என்ற பதிப்பகம் தொடங்கி நானூறுக்கும் மேற்பட்ட புத்தகங்களைப் பதிப்பித்திருக்கிறார். ஐந்து புத்தகங்களுக்குத் தமிழக அரசின் சிறந்த பதிப்பாளருக்கான விருதினைப் பெற்றிருக்கிறார்.

வாழ்வியல் நாவலான உமாபிரேமனின் 'கதை கேட்கும் சுவர்கள்' தமிழிலும், மலையாளத்திலும், தெலுங்கிலும், ஹிந்தியிலும் திரைப்படமாக வெளிவரவிருக்கிறது.

இவருடைய சிதம்பர நினைவுகள் மற்றும் தென்னிந்தியச் சிறுகதைகள் தமிழகத்தின் சில கல்லூரிகளில் பாடமாக வைக்கப்பட்டிருக்கின்றன.

தற்போது மாற்றியமைக்கப்பட்ட பன்னிரெண்டாம் வகுப்பு தமிழ்ப் பாட நூலில் சிதம்பர நினைவுகள் புத்தகத்திலிருந்து ஒரு பகுதியை தமிழக அரசு இணைத்துள்ளது.

சஹிதா என்ற புதினத்தின் வழி புனைவுலகத்திற்கு வருகிறார்.

மொழிபெயர்ப்புகள் :

கட்டுரைகள் :

1. சிதம்பர நினைவுகள் - பாலசந்திரன் சுள்ளிக்காடு

2. மூன்றாம் பிறை - மம்முட்டி (வாழ்வனுபங்கள்)

3. முத்தியம்மா (தமிழிலேயே எழுதப்பட்ட கட்டுரைகள்)

4. உருவமற்ற என் முதல் ஆண் (தமிழிலேயே எழுதப்பட்ட கட்டுரைகள்)

சிறுகதைகள்:

5. சர்மிஷ்டா - என்.எஸ்.மாதவன்
6. சூர்ப்பனகை - கெ.ஆர். மீரா
7. யாருக்கும் வேண்டாத கண் - சிஹாபுதின் பொய்த்தும்கடவு

நாவல் :

8. சுமித்ரா - கல்பட்டா நாராயணன்
9. இறுதியாத்திரை - எம்.டி. வாசுதேவநாயர்
10. ஸ்வரபேதங்கள் - பாக்யலஷ்மி
11. கதை கேட்கும் சுவர்கள் - ஷாபு கிளித்தட்டில்

தொகுப்பு நூல்கள் :

12. பச்சை இருளனின் சகா பொந்தன் மாடன்
    (தமிழ் - மலையாளச் சிறுகதைகளின் தொகுப்பு)
13. தென்னிந்தியச் சிறுகதைகள்
(தமிழ் - மலையாள - கன்னட - தெலுங்குச் சிறுகதைகளின் தொகுப்பு)
14. சஹிதா - நிபந்தனையற்ற அன்பின் குரல்
(தமிழிலேயே எழுதப்பட்ட முதல் நாவல்)

கணவர் : பவா செல்லதுரை
பிள்ளைகள் : மகன் வம்சி, மகள். மானசி

வீடு : 19.டி.எம்.சாரோன்,
திருவண்ணாமலை
பேச : 9445870995
எழுத : kvshylajatvm@gmail.com

முதல் பதிப்பிற்கான முன்னுரை

சில வருடங்களுக்கு முன்பான ஒரு பௌர்ணமியின் முன்னிரவு என்று ஞாபகம். ஆரண்யம் சிறுபத்திரிகையில் யாரோ ஒருவரின் கட்டுரை என்ற அலட்சியத்தோடுதான் பாலச்சந்திரன் சுள்ளிக்காடு எழுதியிருந்த சிவாஜி கணேசனுடனான அனுபவத்தைப் படித்தேன். ஒரு மகா நடிகனோடான அந்தக் கவிஞனின் சந்திப்பும் அவர்களிருவரும் ஸ்காட்ச் விஸ்கியைப் பகிர்ந்து கொண்டதைக்கூட மிகக் கௌரவமாக கருதவைக்கும் எழுத்தும் என்னை உறையவைத்தன. ஒரு சாதாரண நிகழ்வைக்கூட இலக்கியத்தில் புறந்தள்ளிப்போக முடியாதவாறு பதிவுசெய்ய முடியும் என்ற அந்த எழுத்தின் வலிமைதான், கேரளத்துத் தெருக்களில் தன் பால்யத்தில் குரல் விற்றுப் பிழைத்த அந்தக் கவிஞனைத் தேடவைத்தது.

அந்தத் தேடலை நிஜமாக்கியவர் என் ஸ்நேகிதி திலகவதி. பாலச்சந்திரனைத் தனக்குப் பரிச்சயம் உண்டென்று கூறி அவரது தொலைபேசி எண்ணையும் முகவரியையும் தந்தது அவர்தான். அவரைத் தொடர்புகொண்டு திருவண்ணாமலை தமுஎகச நடத்தும் 'முற்ற'த்திற்குக் கடந்த பிப்ரவரியில் வரவழைத்தோம்.

தமிழ் மக்களின் முன்பாகக் கவிதை குறித்தும், மொழி குறித்தும் தன் வாழ்வனுபவங்கள் குறித்தும் இரண்டு மணி நேரம் பாலச்சந்திரன் பேசியது, மிகப்பெரிய கவிதானுபவத்தை எனக்குத் தந்தது. அந்த உரையை மொழிபெயர்த்து தினமணி கதிர் இணைப்பிதழுக்கு

அனுப்பினேன். அது அட்டைப்படக் கட்டுரையாக வெளிவந்து எனக்குப் பரவலான கவனிப்பைப் பெற்றுத்தந்தது.

அவர் கையெழுத்திட்டு எனக்குக் கொடுத்துவிட்டுப் போயிருந்த ‘சிதம்பர ஸ்மரண’ புத்தகம், தாய்மொழி மலையாளமாக இருந்தாலும் பேசமட்டுமே தெரிந்து, வாசிக்கத் தெரியாத எனக்கு என் தாய்மொழியின் வாசிப்புத் தாகத்தை அதிகப்படுத்தியது. தட்டில் என்ன இருக்கிறதென்பதைத் தடவித் தடவித் தெரிந்துகொள்ள ஆசைப்படும் ஒரு குருட்டுப் பிச்சைக்காரனைப்போல இரண்டு மாதங்களுக்கும் மேலாக அப்புத்தகத்தை அடைகாத்தேன்.

புத்தகம் அடைகாக்கப்படுவதை உணர்ந்த என் சகோதரி கே.வி.ஜெயஸ்ரீயின் மகள் சுகானா, எனக்கு ஊன்றுகோலானாள்.

நிஜம், ஏழே வயதான என் மகள் சுகானாதான் என் தாய்மொழியை, எழுத்துக்கூட்டி, எழுத்துக்கூட்டி என்னை வாசிக்கவைத்தாள். பிறந்து முப்பது வருடங்களுக்குப் பிறகு என் ஆரம்பத்தை உணரவைத்துக் கற்றுக்கொடுத்தது என் பிரிய மகளே ஆனாலும், அவளே என் குரு.

இம் மொழிபெயர்ப்பில், எனக்குப் பெரிதும் உதவிய என் அம்மா மாதவி, மாமா குட்டிகிருஷ்ணன், ஒவ்வொரு நொடியிலும் உடனிருந்து, என்னை ஊக்குவித்து, பாராட்டி, விமர்சித்து, செதுக்கிய என் பவா, இது புத்தகமாக உருமாறிய பொழுதில் உடனிருந்து உதவிய ஸ்நேகிதன் கருணா...

எல்லாவற்றிற்கும் மேலாக இலக்கியத்தில் என்னை வளர்த்து, ஆளாக்கி, வழிநடத்தும் தமிழ்நாடு முற்போக்கு எழுத்தாளர் சங்கம்...

மற்றும் பெயர் அறியாத இதன் வாசகர்களுக்கும் விமர்சகர்களுக்கும் நன்றி.

எளிமையான அன்போடு

கே.வி.ஷைலஜா

இரண்டாம் பதிப்பின் முன்னுரையாக
தவத்திரு பொன்னம்பல அடிகளார்

'சிதம்பர நினைவுகள்' கவிதை நூல் அல்ல. கவிதையைப்போல் வாழ்ந்த ஒரு கவிஞனின் புறந்தள்ளிவிட முடியாத வாழ்க்கை நிகழ்வுகள். உயரத்தில் ஏறுமுன் சந்தித்த சறுக்கல்கள், காயங்கள், உள்ளத்தைவிட்டு அறுத்து எறிய முடியாத அவமானங்கள், எதையும் மறைக்காமல் மனதைத் திறந்து காட்டியுள்ளார். ஒரே மனிதனுக்குள் இரண்டு பண்புகளா? விலங்கும் ஒளிந்து இருக்கின்றது! கடவுளும் மறைந்து இருக்கின்றார்! விலங்கு குணத்தை வென்று எடுப்பதுதான் மனிதனின் மாண்பு!

வறுமை, அறிவுஜீவியை விழுங்கப் பார்க்கும்! எப்பொழுதும் வறுமைதான் தோற்றுப் போகும்! இலட்சியவாதி வறுமையிடம் தோற்றுப் போவதில்லை! வயிற்றுக்காக வாழ்பவன் மூளை இருப்பதாக எண்ணுவதில்லை. மூளைக்காக வாழ்பவன் வயிற்றைப் பற்றிக் கவலைப்படுவதில்லை. கடவுளுக்கு இரத்ததானம் செய்த கர்ணனைவிட, வறுமையோடுப் போராடி தன் இரத்தத்தினை விற்று வயிற்றுப் பசியை விரட்ட வேண்டிய சூழ்நிலையில் இன்னொரு உயிர் காப்பதற்கு மருந்து வாங்கத் தன் இரத்தத்தை விற்ற தொகையைக் கொடுத்த பாலசந்திரன் சுள்ளிக்காடு உயர்ந்து நிற்கின்றார். கடவுளே! சில நேரங்களில் இப்படி மனிதர்களின் செய்கைகளில் உன்னை

வெளிக்காட்டுகின்றாயா? முன்பின் அறியாத, இரத்தம் விற்கும் இடத்தில் பழக்கப்பட்ட கிருஷ்ணன் குட்டியின் தங்கை பிழைப்பதற்காக, தன் வறுமையின், பசியின் பிடியில் இரத்தத்தினை விற்று தொகையைத் கொடுத்த நிகழ்வு, விழிகளில் நீரை வரவழைக்கவில்லை, இதயத்தில் இரத்தத்தை வரவழைக்கின்றது! 'ஓ! மனித இரத்தமே! உன் விலை என்ன?' என்று பாலச்சந்திரன் கேட்டுள்ளார். பாலச்சந்திரனின் இரத்ததானம் கோபுரக் கலசத்தின் புனித நீரைவிட மகத்துவம் வாய்ந்தது. அதற்கு விலை இல்லை!

அருமைச் சகோதரி கே.வி.ஷைலஜா அவர்களே! மொழிபெயர்ப்பு என்ற உணர்வே ஏற்படாது, மூலநூலைப் போலவே படைத்துள்ளீர்கள்! எளிய, இனிய தமிழ்நடை, எளிய சொற்கள். மூலத்தின் கருத்துச் சிதைவின்றி அப்படியே வழங்கிய தமிழ் பெயர்ப்பு. அரிய படைப்புகளைத் தமிழ் வயப்படுத்துகின்ற தங்களின் அற்புதப் பணி தொடர நல்வாழ்த்துக்கள்!

என்றும் வேண்டும் இன்ப அன்புடன்

பொன்னம்பல அடிகளார்

நெகிழ்வின் தாழ்வாரத்திலிருந்து...

இப்போது ஒன்பதாம் பதிப்பாக வெளிவரும் ‘சிதம்பர நினைவுகள்’ புத்தகத்தை பதினைந்து ஆண்டுகளுக்கு முன் மொழிபெயர்க்கும் போது என் இலக்கிய வாழ்வில் இத்தனை இத்தனை ஆச்சரியங்களைக் கொண்டுவந்து என்னிடம் சேர்க்குமென நினைக்கவில்லை. எத்தனை மனிதர்களை, எத்தனை அனுபவங்களை, அழுகையை, ஆச்சர்யத்தை, சிரிப்பை, வேதனையை, சமர்ப்பித்தலை, ஒப்புக்கொடுத்தலை எனக்குத் தந்திருக்கிறது? புதிய வாசகர்கள் தங்களின் வாசிப்பின் வாசல் திறந்ததாய் இந்தப் புத்தகத்தை உணர்கிறார்கள். தங்கள் அகத்தைப் பார்க்கச் சொன்னதாய் என்னிடம் சொல்கிறார்கள். ‘சிதம்பர நினைவுகள் ஷைலஜா’ என என்னைப் பெருமைப் படுத்துகிறார்கள். அதில் மிகுந்த நிறைவு காண்கிறேன்.

பாலசந்திரன் சுள்ளிக்காடின் வாழ்வனுபவங்களான இந்தப் புத்தகத்தில் வரும் கதாபாத்திரங்களுக்காக என்னிடம் பேசுபவர்கள் அதிகம். இதில் வரும் ஸ்ரீவத்ஸன் என்ற கவியின் வாழ்வில் மனமுருகி, சென்னையைச் சேர்ந்த ஆயுர்வேத மருத்துவரொருவர் இன்னும்கூட வத்ஸன் அதே வாழ்நிலையிலிருந்தால் தான் அவருக்கு ஒரு வீடு கட்டித் தருவதாக என்னிடம் சொன்னார். ஆனால் அப்போது எனக்கோ பாலசந்திரனுக்கோ வத்ஸன் எங்கிருக்கிறாரென்று தெரியவில்லை. பாலனோ இந்தச் செய்தியை மாத்ருபூமி செய்தி நிறுவனத்திடம் சொல்கிறார். மாத்ருபூமி தினச்செய்திப் பத்திரிகையில் ‘மலையாளக்

கவியைத் தேடுகிறது தமிழகம்' என்ற தலைப்பில் அரைப்பக்கச் செய்தி வெளியாகிறது. மறுநாள் காலையில் பத்திரிகை அலுவலகத்தில் உட்கார்ந்திருக்கும் வத்ஸனிடம் மருத்துவர் தந்த காசோலை கொடுக்கப் படுகிறது.

இது ஒரு சின்ன உதாரணம் மட்டுமே. யாருக்கும் கடிதங்கள் எழுதாத பொன்னம்பல அடிகளார் தன் கைப்பட எனக்கு கடிதமெழுதியதும், எல்லா மேடை உரைகளிலும் இப்புத்தகத்தை பற்றி குறிப்பிட்டு பேசுவதும் பாலசந்திரனுக்கும், எனக்குமான பெருமிதங்கள். தங்கள் எந்தப் நேர்காணல்களிலும் சிதம்பர நினைவுகளைக் குறிப்பிடும் இயக்குனர்கள். அகத்தியனும், கரு பழனியப்பனும் எப்போதும் நம்பிக்கைகுரியவர்கள்.

உனக்கு எப்ப என்ன வேணும்னாலும் கேளும்மா என்று சொல்லியிருக்கும் மூத்த பத்திரிகையாளர் மதனும் (அன்றே எதுவும் கேட்கக் கூடாதென்று முடிவு செய்துவிட்டேன்) உங்கள் சிதம்பர நினைவுகள் மொழிபெயர்க்கப்பட்ட விதத்திற்கு நான் அடிமை என்ற விகடன் ரா.கண்ணனும், இந்த புத்தகத்தைப் படித்துவிட்டு தன் மீதி வாழ்நாட்களை என்னோடு பகிர்ந்து கொள்ள ஆசைப்படும் என் முத்தரசியும் நான் மிகவும் மதிக்கும், நேசிக்கும் என் வாசகர்கள்.

இவர்கள் கொடுத்த உத்வேகத்தில்தான் நான் என் அடுத்த பத்து புத்தகங்களையும் மொழிபெயர்த்திருக்கிறேன். அதனால் இது என் வாசகர்களுக்கானது. அவர்களே என்னை, என் எழுத்தைத் தீர்மானிக்கிறார்கள். அவர்களுக்கே எனது நன்றியும்.

செழுமைப்படுத்தப்பட்ட இத்தொகுப்பிற்கு உதவிய நண்பர்கள் பாலு சத்யா, கிருஷ்ணப்பிரபு, அட்டைப்பட ஓவியம் தந்த கணேஷ் பாபு என எல்லோருக்கும் என் அன்பு.

எளிமையான அன்போடு,

ஷைலஜா

உள்ளே....

1. சிதம்பர நினைவுகள் 17
2. அப்பா 24
3. தீப்பாதி 36
4. காலடிச் சுவடுகள் 46
5. பைத்தியக்காரன் 52
6. திருவோண விருந்து 60
7. நாடகந்தானா அது? 69
8. கர்ப்பவதம் 75
9. ரத்தத்தின் விலை 81
10. இரவு ஸ்நேகிதி 90

11. கடவுளின் ஆசீர்வாத நிமிடத்திலிருந்து 98

12. அக்னிக்காவடி 101

13. மகா நடிகன் 108

14. முகம் 119

15. மாயம் 127

16. ராஜகுமாரியும் யாசக பாலனும் 134

17. கவிதை - அலங்காரமும் தரித்திரமும் 138

18. விஷக்கன்னி 147

19. அம்மா 162

20. பாதி ராப்பாட்டு 167

21. நோபல் பரிசு அரங்கிலிருந்து 176

வாழ்வின் சில நிகழ்வுகள்

மங்கி மறைந்துபோகாமல் மனசில்

மீண்டும் மீண்டும் அலை மோதிக்கொண்டிருக்கின்றன.

அந்த நிகழ்வுகளை வார்த்தைகளில் கோர்த்துப் பார்க்கத் தோன்றியது.

அப்படி உருவானதுதான் இந்த வாழ்க்கைக் குறிப்புகள்.

ஜீவிதம் மகா அற்புதமான ஒன்று.

ஒருபோதும் எதிர்பார்க்காத ஏதோ ஒன்றை,

அது உங்களுக்காகப் பொத்திவைத்துக் காத்திருக்கும்,

எப்போதும்.

பாலசந்திரன் சுள்ளிக்காடு

சிதம்பர நினைவுகள்

சிதம்பரம் கோயிலுக்குள் நான் அடி எடுத்து வைத்தபோது நேரம் இரவாகியிருந்தது. பக்தர்கள் எல்லோரும் கலைந்து போயிருந்தார்கள். கோயில் கதவுகள் மூடும் நேரமாகிவிட்டது. விசாலமான கருங்கல் தளங்களிலும், கல்தூண்களுக்கிடையிலுமாகப் பிச்சைக்காரர்களும் தீர்த்த யாத்திரிகர்களும் உறங்கப்போகும் ஆயத்தத்தில் இருந்தார்கள்.

துணி மூட்டையைத் தரையில் வைத்து, ஒரு தூணில் சாய்ந்து உட்கார்ந்தேன். தஞ்சாவூரிலிருந்து கும்பகோணம் வழியாக... சீர்காழி வழியாக... நடந்து நடந்து... அப்பா எவ்வளவு தூரம்! எவ்வளவு களைப்பு! கால் மடித்து உட்கார்ந்தபோது ஆசுவாசமாக இருந்தது.

சிதம்பரம் கோயிலின் உச்சியிலிருந்து எட்டிப் பார்த்த நிலா, சுடுகாட்டுச் சாம்பலென வெளிச்சத்தை உமிழ்ந்துகொண்டிருந்தது. அந்த அமானுஷ்ய அமைதியில் நடராஜ மூர்த்தியின் உற்சவச் சிலை என்னைச் சுற்றி நர்த்தனமாடியது. கோயிலின் உட்புறம் ஏதோ ஒரு மூலையில் ஏகாந்தமாய் ஒலித்த காண்டா மணியின் சப்தம் இரவின் சூன்யத்தில் லயித்தது.

எனக்குக் கொஞ்சம் பக்கத்தில் தூண்களுக்கிடையில் வயதான ஒரு பெரியவரும் மூதாட்டியும் உட்கார்ந்திருந்தார்கள். அலுமினியப்

பாத்திரத்திலிருந்து சோறு அள்ளி, நடுங்கும் கரங்கள் கொண்டு மனைவிக்கு ஊட்டிவிட்டுக்கெண்டிருந்தார் அந்தப் பெரியவர்.

உலகத்தைச் சுற்றிப் பார்க்கக் கிளம்பிய சித்தார்த்த ராஜகுமாரன் சாரதியிடம் கேட்கிறான்...

"சாரதி, என்ன இது?"

"ராஜகுமாரா, இதுதான் வயோதிகம். மனிதனின் கடைசி நிலை."

ராஜகுமாரன் அதிர்ந்தவனாய் மீண்டும் கேட்கிறான்...

"அப்போது எனக்கும் இந்த நிலைதானா?"

"நிச்சயமாய் ராஜகுமாரா. உங்களுடைய கடைசிக் காலமும் இப்படித்தான் இருக்கும்."

இதைக் கேட்ட ராஜகுமாரன் தளர்ச்சியுற்றான். மனிதனின் கடைசி நிலையை அறிந்து துக்கத்திலாழ்ந்தான் சித்தார்த்த ராஜகுமாரன்.

அம்மா எனக்குச் சொல்லிக்கொடுத்த கதை இது. அம்மாவைப் பார்த்து எத்தனையோ வருடங்களாகிவிட்டது.

எங்கோ ஒரு கிராமத்தில், சின்ன வீட்டில், இருண்ட அறையின் மூலையில், விதவையாய், வயதானவளாய், நோயாளியாய், வறுமையில் உழன்றவளாய்... என்ன செய்வாள் இப்போது?

தூங்கியிருப்பாளோ? தூக்கம் வராமல் புரண்டு கொண்டிருப்பாளோ? என்னை நினைத்துக்கொண்டிருப்பாளோ? கண்கள் பனித்தன எனக்கு.

முதியவர் அந்த அம்மாவின் கையைப் பிடித்துக் கோயில் குளத்தில் இறங்கினார். குனிந்து குனிந்து... மெல்ல மெல்ல... நிலவொளியில், வெள்ளைப் புடவையணிந்த ஆவியைப்போலத் தெரிந்தது எனக்கு.

ஒருவேளை, சில வருடங்களுக்குப் பிறகு நானும் என் மனைவியும் இதுபோல ஏதேனும் ஒரு கோயிலின் வாசலிலோ, குளத்தின்

படித்துறையிலோ, நடக்க முடியாமல், கடைத் திண்ணையிலோ, தெருவோர மரநிழலிலோ சோர்ந்திருப்போமா?

நினைத்து, நினைத்து நான் தூங்கிப்போனேன்.

தொடர்ந்து ஒலித்த மணி ஓசைகளும் சங்கீத ஆராதனைகளும், என்னை எழுப்பின. அதிகாலை அழகாகப் புலர்ந்து கொண்டிருந்தது. பக்த கூட்டம் வர ஆரம்பித்திருந்தது.

சிதம்பரம் கோயிலைப் பற்றி எத்தனையோ கதைகள் கேள்விப்பட்டிருக்கிறேன். படங்கள் பார்த்திருக்கிறேன். சிற்பக் கலையின் அதி அற்புதமான நடராஜ விக்ரகம். வாஸ்துக் கலையின் உன்னதங்களாய் நிற்கும் கோயில் மதில்கள். நர்த்தனக் கலையின் நூற்றியெட்டு கரணங்களும் செதுக்கப்பட்ட கோபுரங்கள்.

எல்லாவற்றையும் பார்த்து முடிக்கப் பல நாட்களாகும். பல நாட்கள் தங்கிப்பார்க்க அவ்வளவு பணமும் இல்லை. பிச்சையெடுக்க வேண்டியிருக்கும். பரவாயில்லை, பிச்சையெடுத்தாவது எல்லாவற்றையும் பார்க்கவேண்டும்.

கோயில் குளத்தில் கூட்டமில்லாத மூலையில், உடல்நிலை சரியில்லாத குழந்தைக்குத் தாய், பரிவோடு செய்யும் உபசாரமாய் முதியவளின் முகத்தைக் கழுவிக் கொண்டிருந்தார் முதியவர்.

எனக்கு மனசு கரைந்தது. துக்கத்தில் உடைந்துபோனேன் நான்.

"சம்போ மகாதேவா!"

ஒரு குரல் என்னை அதிரவைத்தது. சுடலைச் சாம்பலை முகத்தில் பூசி, ஜடாமுடியும் தாடியுமாகக் கையில் சூலம் ஏந்திய ஒரு சந்நியாசியின் குரலாக இருந்தது அது.

கோயிலை ஒரு வலம் வந்து, மீண்டும் ஒரு கருங்கல் தளத்தில் உட்கார்ந்தேன். முதியவர் இப்போது வாழை இலைக் கீறலில் இருந்து இட்லியைப் பிட்டு மனைவிக்கு ஊட்டிக்கொண்டிருந்தார்.

நடராஜ விக்ரகத்தின் முன்னால் நிற்கும்போதும், சிற்பங்களை ரசித்தபடி நடக்கும்போதும், என் மனம் அதிலெல்லாம் லயிக்கவில்லை. அந்த முதிய தம்பதிகளின் உறைந்துபோயிருக்கும் அன்பையும் பிரியத்தையும் நினைத்தபடி கோயில் தளங்களில் அலைந்து கொண்டிருந்தேன். அப்படி அலைந்தபோது பலமுறை அவர்களைப் பார்த்தேன். சில நேரம் ஏதாவதொரு சன்னதியில் வணங்கிக் கொண்டும் சில நேரம் கட்டிடத்தினடியில் விழுந்திருக்கும் நிழலில் நிசப்தமாய் நின்றுகொண்டும் சில நேரம் கல்தூண்களுக்கிடையில் உட்கார்ந்து ஏதேதோ பேசிக்கொண்டும் இணைபிரியாமல் அடிவைத்து அடிவைத்து நடந்துகொண்டும் இருப்பதைப் பார்த்தேன்.

கோவில் வாசலிலிருந்து நான் கொஞ்சம் பழம் வாங்கினேன். அந்த முதியவர்களிடம் பேச ஆசை வந்தது எனக்கு.

கல் தூணில் சாய்ந்து, கால் நீட்டி உட்கார்ந்திருந்தார் பெரியவர். அவருடைய மடியில் தலைவைத்து அந்த அம்மா படுத்திருந்தாள். அவளுடைய வெள்ளி முடி இழைகளில் பிரியம் மீதுர விரலோட்டிக்கொண்டிருந்தார் அந்தப் பெரியவர்.

பக்கத்தில் போன நான் சன்னமாய் இருமினேன். அந்த அம்மா மெல்ல எழுந்தாள். பெரியவர் தலையையுயர்த்தி என்னைப் பார்த்தார்.

சாந்தமான முகங்கள். வாழ்வின் எல்லா சம்பவங்களையும் எதிர்கொண்ட கண்கள். தலைமுடியும், புருவமும், கண் இமைகளும்கூட நரைத்திருந்தன. வெளுத்து மெலிந்த உடம்பு, பழையதானதால் பழுப்பேறிய வெள்ளைப் பருத்தி ஆடைகள்.

அந்த முதியவரை ஆதரவாய் நோக்கிப் புன்னகைத்துப் பழங்களை நீட்டினேன். குழந்தையைப்போல வெள்ளையாய்ச் சிரித்த அவர், அதை இருகைகளும் நீட்டி வாங்கிக் கொண்டார். ஏதும் புரியாத முதியவள் என்னையும் கணவனையும் மாறிமாறிப் பார்த்தாள்.

நேரம் மத்தியானமாயிருந்தது. மணிகளின் சப்தங்களும்

தீர்த்தனைகளின் ஒலிகளும் தேய்ந்தடங்கியிருந்தன. காற்றின் பாடல் மட்டுமே கேட்டுக்கொண்டிருந்தது. வில்வத்தின், கற்பூரத்தின், விபூதியின் சிவமணம் சூன்யத்தில் எங்கும் நிறைந்திருந்தது.

மெல்லிய குரலில் தமிழும் ஆங்கிலமும் கலந்து, இற்று, பாதியில் அறுபடும் நினைவுகளிலிருந்து கோர்த்துக் கோர்த்து முதியவர் பேச ஆரம்பித்தார். நினைவுகள் கார்மேகங்களாய் வழி மறைக்கும்போது அவர் ஒன்றும் பேசாமல் கண்கள்மூடி மௌனமானார். நான் ஒரு குழந்தையைப்போல அவரிடமிருந்து கேட்கும் ஆவலோடு அமர்ந்திருந்தேன்.

முதியவர் சொல்லிக்கொண்டிருந்தது, வாழ்வின் எத்தனையோ பரிமாணங்களில் ஒன்றாயிருந்தது. மனித வாழ்வின் எல்லா கடமைகளையும் நிறைவேற்றிய பின், குற்ற மனப்பான்மை இல்லாமல், ஆற்றாமை இல்லாமல், பகை இல்லாமல், குறை இல்லாமல், சுய பச்சாதாபம் இல்லாமல், எழுபத்திரண்டு வருடங்கள் ஒன்றாய் வாழ்ந்த இரண்டு மனித ஜீவிகளின் ஆத்ம கதை.

இந்த நூற்றாண்டின் தொடக்க காலம். தமிழ்நாட்டின் திண்டுக்கல்லில் பரமசாதுவும் ஏழையும் விதவையுமான ஒரு பிராமணப் பெண் இருந்தாள். அப்பளம் இட்டு விற்பது அவளுடைய தொழில். அதிலிருந்து கிடைக்கும் வருமானம் கொண்டு தன் ஒரே மகனான ரங்கசாமியைப் பள்ளிக்கூடத்திற்கு அனுப்பிப் படிக்கவைத்தாள். ஏழாம் வகுப்பு பாஸானபோது ரங்கசாமிக்குத் தபால் துறையில் வேலை கிடைத்தது. அப்பளம் இடுவதில் ரங்கசாமியின் தாயாருக்கு உதவ, அனாதையும் தூரத்துச் சொந்தமுமான ஒரு பெண் வந்து சேர்ந்தாள். அவள் பெயர் கனகாம்பாள். சர்க்கார் உத்தியோகத்திலிருக்கும் ரங்கசாமிக்குப் பல இடங்களிலிருந்தும் திருமண யோசனைகள் வந்துகொண்டிருந்தன. நிறைய சீதனமும் ஆடம்பரமான திருமணமும் செய்வதாய் உறுதி அளிக்கப்பட்டது. ஆனால் அம்மா ரங்கசாமியிடம் தீர்மானமாய் இப்படிச் சொல்லியிருந்தாள்.

''ரங்கா, நாம் ஏழைகள், எளிமையான பந்தம்தான் நமக்கு நல்லது. இந்த கனகாம்பாளுக்கு யாருமில்லை. இவளுக்கு நீதான் துணை'''

கல்யாணம் நடக்கும்போது ரங்கசாமிக்கு வயது பத்தொன்பது. கனகாம்பாளுக்குப் பதிமூன்று. தபால் ஆபீஸ்காரனான ரங்கசாமியும் அப்பளம் இடும் கனகாம்பாளும் அப்படித்தான் தங்கள் ஜீவிதத்தை ஆரம்பித்தார்கள். அவர்களுக்கு ஆறு குழந்தைகள் பிறந்தன. இரண்டு பிள்ளைகள் சிறு வயதிலேயே இறந்துபோக இரண்டு ஆணும் இரண்டு பெண்ணும் இப்போதும் இருக்கிறார்கள்.

பாங்க் மேனேஜராயிருந்த ஒரு மகன் ரிடையர்மெண்ட்டாகி, பென்ஷனும் பிள்ளைகளுமாக சென்னையிலிருக்கிறான். இன்னொரு மகன் பம்பாயில் சார்ட்டர்டு அக்கௌண்ட்டன்டாக இருக்கிறான். பெண் பிள்ளைகள் இரண்டு பேரும் ஹைதராபாத்திலும் கோயம்புத்தூரிலும் நன்றாக இருக்கிறார்கள். ரங்கசாமியின் நாலு பிள்ளைகளும் பேரப்பிள்ளைகளுமாய், நல்ல நிலையில் இருக்கிறார்கள்.

பிள்ளைகளிடம் போய், அவர்களுக்குப் பாரமாய் வாழ ரங்கசாமியும் கனகாம்பாளும் தயாராக இல்லை. எல்லா மாதமும் மிகச் சரியாக சிதம்பரம் போஸ்டாபீஸில் ரங்கசாமியின் பென்ஷன் வந்துவிடும். கோயிலில் வாழும் எளிய வாழ்க்கைக்கு அது தாராளம். அவசியமேற்பட்டால், தந்தி அடித்தால் பிள்ளைகளும் பேரப் பிள்ளைகளும் பறந்து வந்துவிடுவார்கள். ஆனாலும் யாரையும் தொந்தரவு செய்யாமல் நடராஜ மூர்த்தி ஆனந்தத் தாண்டவமாடும் புண்ணிய பூமியில் தேகம் சாய வேண்டும் என்பதுதான் மோகம். எல்லாம் நடராஜனின் அனுக்ரகம்.

இந்த ஆத்ம கதையின் ஏதோ ஒரு பகுதியில், என் கண்கள் நிறைந்து வழியத் தொடங்கியிருப்பதை நான் உணரவில்லை. கண்ணீர் திரையிட்டு, கல் தூண்களும், சிற்பங்களும், நடராஜ விக்ரகமும்,

சிதம்பரம் கோபுரமும் மறைந்துபோயின. கண்ணீர் பெருகிப் பெருகி பிரவாகமாயின.

புண்ணியத்தலங்களும் தெய்வங்களும் மனிதர்களும் பிரவாகத்தில் முழுகிக் காணாமல்போனார்கள். வேதங்களும், இதிகாசங்களும் புராணங்களும் ஆதியும் அந்தமும் இல்லாத பிரளயத்தில் முழுகிப்போனது.

காலம், காற்றாய் அடித்துப் புரண்டுபோய்விட்டது.

நான் இப்போது நினைத்துப் பார்க்கிறேன். பிரியத்தில் பின்னிப் பிணைந்து, குழந்தைகளைப்போல அடிவைத்து நடக்கும் அந்த முதிர்ந்த தம்பதிகளில், யார் முதலில் இறந்து போயிருப்பார்கள்?

ரங்கசாமியா?

கனகாம்பாளா?

அப்பா

"பாலா, அப்பா உன்னைக் கூப்பிடறார்"

அம்மா சொன்னாள்.

அன்று ஞாயிற்றுக்கிழமை. காலை 11 மணியிருக்கும், படிப்பறையில் உட்கார்ந்து படித்துக்கொண்டிருந்தேன்.

அலகாபாத்தில் வேலை செய்யும் அப்பா, விடுமுறையில் வந்து நான்கு நாட்களாகிறது. இந்த நிமிடம் வரை என்னைக் கூப்பிட்டனுப்பவில்லை. என்னிடம் ஒரு வார்த்தையும் பேசவில்லை. தவிர்க்க முடியாத அந்தப் பயங்கர நிமிடத்தை மனசுக்குள் அடைகாத்து நகர்த்தியிருந்தேன்.

அப்பாவின் அறைக்குப் பதுங்கும் அடிவைத்துப் போனேன்.

ஓர் ஆறடி உயரமுள்ள இரும்புச் சிலையைப்போல அப்பா அறையின் நடுவில் நிமிர்ந்து நின்றுகொண்டிருந்தார்.

"நீ தினமும் காலேஜுக்குப் போறியா?"

கனகம்பீரமான குரல் அது.

கண்பார்த்துப் பேசத் தைரியம் இல்லாததால் தரையைப் பார்த்து மெதுவாகச் சொன்னேன்.

"ம்... போறேன்..."

சொல்லி முடித்த நொடியில் விழுந்த அந்த அடி, ஓர் இடியைப் போல என் புறங்கழுத்தில் இறங்கியது. மூச்சடைத்துப் போனேன். மீண்டும் சுயஉணர்வுக்கு வர அதிக நேரம் ஆனது.

சட்டைப் பாக்கெட்டிலிருந்து ஒரு பேப்பரை எடுத்து நீட்டியபடி அப்பா சொன்னார்.

"உன்னோட பிரின்ஸிபாலிடமிருந்து வந்த லெட்டர் இது." எதிர்பார்த்ததுதான். ஆனாலும் என்னிடம் பதிலில்லாமல் போனது. விசாரணை ஆரம்பமானது.

"இந்த ஆன்ட்டி எலெக்ஷன் ரிபல்ஸ் பீரோ என்றால் என்ன?"

"காலேஜுல இருக்கற ஒரு சின்ன இயக்கம்"

"உனக்கும் அதுக்கும் என்ன தொடர்பு?"

நான் பேசவில்லை.

"ஹருண் யாரு?"

"என்னோட ஸ்நேகிதன்"

"ஜெயன்? ப்ரேமன்?"

"அவர்களும் என் ஸ்நேகிதர்கள்தான்."

"வெறும் ஸ்நேகிதர்கள்தானா?"

"இல்லை. கருத்தியல் ரீதியாக ஒன்றுபட்டவர்கள்."

"உங்களோட கருத்தியல் என்ன சொல்லுது?"

அப்பாவின் குரல் உயர்ந்தது.

"தூங்கிக்கொண்டிருப்பவர்களின் கழுத்தில் கத்தி வைப்பதுதான் உங்கள் இயக்கத்தின் கருத்தியலா?"

இவரிடம் தர்க்கம் செய்தால் சரிவராது. பேசாமல் மௌனம் காப்பதுதான் இப்போதைக்குச் சரி. நான் தலைகுனிந்து நின்றேன்.

"இந்திய சர்க்காரோட சோறுதான்டா நான் தின்றது. அதுலதான் நீயும் வாழறே. உனக்கு அது மறந்துடுச்சா?"

சுளீரென அடித்தன இந்த வார்த்தைகள். தின்னும் சோற்றைக் குத்திப் பேசுகிறார்.

"இனி நீ இங்க இருந்தால் சரிப்படாது. அலகாபாத்திலும் காலேஜ் இருக்கு. நாளைக்குக் காலைல என்கூட புறப்படத் தயாரா இரு."

நான் அதிர்ந்தேன். அலகாபாத்தில் போய்ப் படிப்பதா? அங்கே என் கவிதைகளைக் கேட்க யார் இருக்கிறார்கள்? எனக்காகச் சிரிக்க, எனக்காக அழ யார் இருக்கிறார்கள்?

என் மன ஓட்டங்களை முகத்தின் நரம்புகளிலிருந்து அப்பா வாசித்தார்.

அவருடைய குரல் மீண்டும் உயர்ந்தது.

"உனக்குச் சம்மதமில்லை இல்லையா?"

ஒரு நொடி கண்மூடி மௌனம் காத்து, எங்கிருந்தோ கிடைத்த ஆத்மபலத்துடன், திடமான குரலில் நான் சொன்னேன்.

"இல்லை."

மீண்டும் ஓர் அடியைத்தான் எதிர்பார்த்தேன். ஆனால் உடம்பில் அடிபடவில்லை. அப்பாவின் முகம் வேதனையின் நிழல் படர்ந்து கறுப்பானது. அவருடைய பெருமூச்சு சூன்யத்தில் பட்டு எதிரொலித்தது.

சில நிமிடங்களில் சகஜ நிலையை மீட்டெடுத்த அப்பா சாந்தமான குரலில் சொன்னார்.

''பதினாறு வயசிலிருந்து வேலைசெய்து வாழ்க்கையை நடத்துகிறவன் நான். உனக்குப் பதினெட்டு வயசாயிடிச்சு, என்னைவிட ரெண்டு வருஷம் அதிகமா நீ வேலை செய்யாம சும்மா சாப்பிட்டிருக்கே. என்னோட உழைப்புல வாழும்போது எங்கிட்டே அனுசரணையா இருந்தே ஆகணும். அது முடியலன்னா நீ எங்க வேணும்னாலும் போகலாம். உன்னோட இஷ்டம்போல வாழலாம்.''

சட்டென அப்பாவின் குரல் உயர்ந்தது.

''அப்படி இல்லாம, என்னோட செலவில வாழ்ந்துகிட்டு என்னை அவமானப்படுத்தியும் அலட்சியப்படுத்தியும், இந்த வீட்டிலோ, ஊரிலோ வாழணும்னு நீ மனசால நெனச்சா... ஒண்ணு நீ... இல்லன்னா நான்...''

நான் நடுங்கினேன். கண்களை இறுக மூடிக்கொண்டு மரணம் காத்து நின்றேன். ஆனால் அப்படி ஏதும் நடக்கவில்லை. சுயமாகச் சுதாரித்துக்கொண்டு அப்பா சொன்னார்.

''நீ போகலாம்.''

என்னுடைய அறைக்குத் திரும்பி வந்தேன். கட்டிலில் ஏறிப் படுத்தேன். பரந்த வெளியும், மேலே ஆகாயம்கூட இல்லாத ஒரு வெற்றிடத்திற்கும் மனசு ஆசைப்பட்டது.

டேபிளில் இருந்த எனக்குப் பிடித்த கவிஞனான சச்சிதானந்தனின் கடிதத்தை எடுத்துப் படித்தேன்.

''நீ படிப்பை விடக்கூடாது பாலன், உலகம் கொந்தளிக்கும்போது நாம் எதையும் உதறித்தள்ளலாம். ஆனால் இப்போது நாம் மட்டும் கொந்தளித்துக்கொண்டும், உலகம் அமைதியாகவும் இருந்துகொண்டிருக்கிறது.''

அந்த விலைமதிப்பில்லாத வார்த்தைகளின் அனுபவ கனம் அன்று எனக்குப் புரியவில்லை.

தோழர் ஹருணின் வார்த்தைகள்தான் என் மனசின் மூலை முடுக்கெல்லாம் அன்று ஆட்சி செய்துகொண்டிருந்தன.

"நீ ஒரு சின்ன பூர்ஷ்வாத்தனத்துடன் வாழ்கிறாய். விட்டொழித்துவர முடியாமல் வீடுதான் உன்னைத் தடுக்கிறது. வீடு இருப்பதுதான் உன் பிரச்சனை. வீடு இல்லாதவர்களுக்கு இந்தப் பிரச்சனை, துக்கம் ஏதும் இல்லை. வீட்டை, குடும்பத்தை உதறியவர்களை நாடு ஸ்வீகரிக்கும்.''

அப்பாவின் குரல் காதில் ஒலிக்கிறது.

"நீ போகலாம்.''

நான் போக வேண்டும்.

நான் போயே ஆக வேண்டும்.

ஆனால் எங்கே?

என்னைப் புரிந்துகொள்ளும் ஒரு மனிதமாவது இந்தப் பூமியின் விளிம்பில் என் வருகைக்காகக் காத்திருக்கும். அங்கே நான் போக வேண்டும்.

மத்தியானம் சாப்பிடவில்லை. யாரும் வந்து சாப்பிடக் கூப்பிடவுமில்லை. மதியம் போய் மாலை ஆனது. நான் அம்மாவின் அறைக்குப் போனேன்.

கட்டிலில் நிச்சலனமாய் உட்கார்ந்திருக்கிறாள் அம்மா. அவளும் சாப்பிட்டிருக்க மாட்டாள்.

"நான் போக வேண்டும்.''

அமைதியாகச் சொன்னேன். 'போக வேண்டாம்' என்று அம்மா சொல்ல மாட்டாள். 'எங்கே போகப் போகிறாய்?' என்று கேட்கவும் மாட்டாள். அந்தக் காலகட்டமெல்லாம் என்றோ எங்களைக் கடந்து போய்விட்டது. அம்மா ஒன்றும் பேசாமல் சுவரில் ஏதோ ஒரு

புள்ளியில் பார்வை நிலைபட அமர்ந்திருந்தாள். நேரம் போய்க்கொண்டிருந்தது. பூமி, அந்திக்கும் இரவுக்கும் திரும்பிப் பயணப்பட்டுக் கொண்டிருந்தது.

"நான் போக வேண்டும்."

நீண்ட நேரத்திற்குப் பிறகு அதி பாரமுள்ள நிசப்தத்தை உடைத்துக்கொண்டு பேசினேன்.

இப்போதும் அம்மா ஒன்றும் பேசவில்லை. சுவரின் ஏகாந்தப் புள்ளியில் நிலைத்த அதே பார்வையுடன் கூடிய இருப்பு. ஜன்னலுக்கு வெளியே வெயில் தாழ்ந்து இருள் மேலோங்க ஆரம்பித்தது. பறவைகள் கூடுகளுக்குத் திரும்பிக் கொண்டிருக்கின்றன.

"எனக்குக் கொஞ்சம் பணம் வேண்டும்."

அம்மா எழுந்தாள். சாவதானமாக நடந்துபோய்ப் பெட்டியைத் திறந்தாள். பெட்டியில், சலவையிட்டு அழகாய் மடிக்கப்பட்டிருந்த உடைகளில், வாசனைக்காகப் பத்திரப்படுத்தி வைத்திருந்த தாழம்பூவின் மணம் அறையெங்கும் பரவியது.

அம்மா பணத்தை எடுத்து எண்ணிக்கூடப் பார்க்காமல் என் சட்டைப்பையில் வைத்தாள்.

தோளில் சுமந்த ஜோல்னா பையோடு உள்வாசல் கடந்து வெளியில் வந்து, தெருவில் இறங்கியபோது, திரும்பிப் பார்த்தேன். வாசலில் எங்கள் வீட்டுப் பரம்பரை குத்துவிளக்கு எரிந்துகொண்டிருந்தது. தங்கையின் சந்தியா நாமம் மட்டும் ஒற்றைக் குரலாய்க் கேட்டுக்கொண்டிருந்தது. நரசிம்ம அவதாரமெடுத்து ஹிரண்ய கசிபுவைக் கொன்ற ப்ரதோஷ நேரம் அது.

என்னைப் பிரசவித்த பூர்வீக வீடே,

என் பரம்பரையின் மூத்த குடிகளே,

பாலசந்திரன் சுள்ளிக்காடு 29

பர தேவதைகளே,

எனக்கு விடைகொடுங்கள்.

வருடங்கள் கொடுங்காற்றாய் அடித்துத் தகர்ந்துபோயின. இந்த உலகத்தில் மிகவும் பிரதானம் ஒரு பிடிச்சோறுதான் என்பதை வாழ்க்கை எனக்குக் கற்றுக்கொடுத்தது. ஆமாம். ஒரு பிடிச் சோறுதான். அது கிடைக்காமல் போகும்போது மட்டுமே அதன் மதிப்பு நமக்குத் தெரியும். சாப்பாட்டுக்காக எந்த வேலை வேண்டுமானாலும் செய்யலாம். அதனால் 1983-ல் நான் ''வீக்ஷணம்'' என்ற தினப் பத்திரிகையில் முந்நூறு ரூபாய் சம்பளக்காரனாக மாறினேன். ஐந்திலக்கச் சம்பளக்காரர்களான அறிவுஜீவிகளின் பரிகாசப் பாத்திரமானேன். ஆனாலும் எனக்கு ஒருவேளை சோறு நிச்சயிக்கப்பட்டது. நான் பட்டினி கிடந்து சாகாமல் காப்பாற்றப்பட்டேன். அதனுடைய முழுப் புண்ணியமும் பத்திரிகைக்காரரான ஸி.வி.ஸ்ரீஹரனுக்குத்தான் போக வேண்டும்.

1983 ஜூலை 27 மாலை ஆறு மணி.

திருவனந்தபுரத்தில் யுனிவர்சிட்டி ஸ்டூடண்ட்ஸ் சென்டரில் இயற்கைக் கவியான குஞ்ஞுப்பிள்ளையின் நினைவுக் கவியரங்கம். அய்யப்பப் பணிக்கர், அரவிந்தன், ஓ.என்.வி, விஷ்ணுநாராயணன் நம்பூதிரி, பரத்கோபி, நெடுமுடிவேணு, கடம்பனிட்ட, வேணு நாகவள்ளி என ஆரம்பித்து குஞ்ஞுப்பிள்ளைக்கு வேண்டியவர்களெல்லாம் மேடையிலும் பார்வையாளர்களாகவும் அந்த நினைவரங்கில் கவிதாஞ்சலிக்காக என்னோடு காத்திருந்தார்கள். பார்வையாளர்களின் வரிசையில் கவிதை வாசிக்கப்போகும் நேரத்திற்காக நான் காத்திருந்தபோதுதான் வேணு நாகவள்ளி வந்து என் காதில் கிசுகிசுத்தார்.

''பாலன் உன்னோட அப்பாவுக்கு உடம்புக்கு ரொம்ப முடியலயாம். ஃபோன் வந்தது. நீ உடனே புறப்படு.''

அப்பா இறந்துவிட்டார் என்பது உடனே எனக்குப் புரிந்தது. ஆனாலும் நான் சொன்னேன்.

''கவிதை வாசித்து முடித்த பிறகுதான் நான் புறப்படுவேன்.''

என் அப்பாவுக்கு நான் மூத்த பிள்ளை. ஒருமுறைகூட அப்பாவின் வார்த்தைகளை அனுசரித்தவனல்ல. அப்பாவுக்காக எதையும் நான் செய்ததில்லை. இழந்ததில்லை. என்னுடைய திருமணம்கூட அப்பாவுக்கு அறிவிக்கப்படவில்லை. கடைசியாய் அவரை ஒருமுறை பார்க்கக்கூட முடிந்ததில்லை. மன்னிப்பு கேட்க முடியவில்லை. மரண நிமிடத்தில் அவருக்கருகில் ஆதரவாய் அமர்ந்து, ராமாயணம் படிக்கவில்லை. வாயில் கடைசி, கடைசியாய் ஒரு துளி கங்காஜலம் கொடுத்து நெஞ்சை ஈரப்படுத்த முடியவில்லை

அப்பாவுக்குப் பல நோய்கள் இருந்தன. அதிகமாக வேதனை தரும் வியாதி என்னைப் பற்றிய துக்கமாயிருந்தது. ஒருமுறை என்னுடைய ஆசிரியரிடம் அப்பா, ''அவன் செத்துப்போனால் கூட எனக்கு இத்தனை துக்கம் ஏற்படாது சார்'' என்றாராம்.

என்னுடைய நினைவுகளை அழைப்பு அறுத்தது.

''அடுத்ததாகக் கவிதை பாட வருபவர் பாலச்சந்திரன் சுள்ளிக்காடு.''

என் கவிதையின் ரசிகர்கள் பலர் முன்கூட்டியே கைதட்டி ஆர்ப்பரித்தார்கள். என் மன அவஸ்தை அறியாத மேடையில் நின்று, நொறுங்கின இதயத்துடன், நான் கவிதை வாசித்து முடித்தேன், நீண்ட கரகோஷத்தின் அர்த்த சூன்யம் அன்றெனக்குப் புரிந்தது.

எக்ஸ்பிரஸ் பஸ்ஸில் எர்ணாகுளத்துக்கு நான் போய்ச் சேர்ந்தபோது இரவு மணி பதினொன்று. என் நண்பர்களான பேரா. டி.கெ. ராமச்சந்திரன், வி.பி. பிரேம் நசீர், வி.வி. வேணுகோபால் எல்லாம் பஸ் ஸ்டாண்டில் காத்திருந்தார்கள்.

டி. கெ.யும் வேணுவும் நானும் ஒரு டாக்ஸி பிடித்து வீட்டுக்குப் போனோம்.

வீட்டு வாசலில் டாக்ஸி நின்றது. நாங்கள் இறங்கினோம். வாசலில் ஆட்கள் கூடி நின்றுகொண்டிருந்தார்கள். அடக்கம் முடிந்திருக்கும் என்று நினைத்தேன்.

என்னைப் பார்த்தவுடன் அந்தப் பகுதி நாயர் சர்வீஸ் சொசைட்டியின் செகரெட்டரி கோபத்துடன் என்னிடம் ஓடிவந்தார்.

"எந்த அம்மாவோட பதினாறாம் நாள் காரியத்துக்குப் போயிருந்தடா? நாசமாப் போனவனே! நீ வருவேன்னு நெனக்கல. நாங்களே சுடுகாட்டுக்குப் போக புறப்பட்டுக்கிட்டிருக்கோம். பாவி நீ நல்லாயிருப்பியா?"

நான் ஒன்றும் பேசவில்லை. ஊர்க்காரர்களின், சொந்தபந்தங்களின் துளைக்கும் பார்வையையும் முணுமுணுப்புகளையும் எதிர்கொண்டு வீட்டுக்குள் ஏறிப்போனேன்.

"துரோகி வந்திருக்கிறான் பாரு இப்போ."

நான் மீறி உள்ளே வருவது பொறுக்காமல் என் தாய் மாமா புலம்பியது கேட்டது.

அப்பா கோடி போர்த்தி, நீண்டு நிமிர்ந்து, தரையில் படுத்திருக்கிறார். தலைமாட்டில் புராதனமான பரம்பரையின் குத்துவிளக்கு எரிந்து கொண்டிருந்தது. வாழ்க்கையை முடித்த அந்த முகத்தைப் பார்த்து ஒரு நிமிடம் நின்றேன்.

என் அப்பா இறந்துபோகவில்லை. தோற்றுப் போயிருக்கிறார். நான்தான் அவரைத் தோற்கடித்தேன். தோற்றுப்போனவரிடம் துக்கத்துக்கோ, பச்சாதாபத்துக்கோ, மன்னிப்புக்கோ, கண்ணீருக்கோ இனி எந்தப் பலனும் இல்லை. சூன்யமான மனதுடன் மற்றவர்களுக்காக மட்டும் நான் அப்பாவின் காலடியில் விழுந்து நமஸ்கரித்தேன்.

"அம்மாவைப் பார்க்கலாம் பாலா."

ராமச்சந்திரன் அழைத்தார். நானும் வேணுவும் டி. கெ.யுமாக அம்மாவின் அறைக்குப் போனோம்

அம்மா கட்டிலில் உட்கார்ந்திருந்தாள். அழவில்லை. அந்த முகத்தில் இதய பாரம் ஒழிந்த சாந்தம் மட்டுமே நிலைத்திருந்தது.

''மகனே நீ வந்திட்டயா?''

குரூரமான ஒரு சிரிப்புடன் அம்மா கேட்டாள். மகா பண்டிதனும் அறிவுஜீவியும் என் பிரியமானவருமான டி. கெ. வுக்கு எப்படியோ ஆனது. அந்த இறுக்கமான சூழலைக் கலைக்க நான் டி.கெ.வையும் வேணுவையும் அம்மாவுக்கு அறிமுகப்படுத்தினேன். அம்மா டி. கெ. விடம் சொன்னாள்.

''இவனுக்கு நம்பிக்கையில்லன்னு எனக்குத் தெரியும். ஆனாலும் பெத்த தகப்பனுக்கு ஈமக்கிரியை செய்ய இவங்கிட்டச் சொல்லுங்க சார். ஊர்க்காரங்க இவனைக் குத்தம் சொல்வதை மட்டுமாவது நான் கேட்காம இருக்கேன். அப்பாவுக்காக இனியொண்ணும் இவன் செய்யப் போவதில்லை. நான் இதுவரை இவங்கிட்ட எதையும் கேட்டதுமில்லை. எனக்கு இவன் ஈமக்கிரியை செய்யலன்னாலும் பரவாயில்லை.''

என் மூலமாக அம்மா சகித்துக்கொண்ட எல்லா துக்கங்களையும் அவள் முகத்திற்குக் கொண்டுவந்து என்னை ஏறிட்டாள். அம்மா மிகவும் சாமர்த்தியமாக என்னைப் பழிதீர்த்துக்கொள்கிறாள்.

''அவன் எல்லாம் செய்வான் அம்மா.''

டி. கெ. உறுதியாய்ச் சொன்னார்.

மரண நேரத்தில் செய்யவேண்டிய காரியங்களையும் ஈமக்கிரியைகளையும் நான் ஒன்றுவிடாமல் செய்தேன். அம்மாவுக்கு அதில் மிகுந்த சந்தோஷம். விரதம் எடுத்து வீட்டிலேயே இருக்கும் என்னைப் பார்த்து அம்மா சொன்னாள்.

''எனக்கு ரொம்ப திருப்தியாப் போச்சு மகனே. உன்னைப் பெத்தது வீண் போகலை.''

அப்போது வாசலில் பிண்டச்சோற்றைக் காக்கைகள் கொத்திக்கொண்டிருந்தன.

நான் யாரும் பார்க்காத நேரத்தில் அறையில் போய் சுவரில் தலையை முட்டிக்கொண்டேன். என்னால் வேறு எதையும் அப்போது செய்ய முடியவில்லை.

ஏழாம் நாள் சிதையிலிருந்து அப்பாவின் அஸ்தி சேகரிக்கப்பட்டு பால், தயிர், எண்ணெய், கோமியம், இளநீர் என எல்லாவற்றிலும் கழுவிச் சுத்தமாக்கிய பின் ஒரு மண் கலயத்தில் போட்டு, பட்டுத்துணியால் அதன் வாய்ப் பகுதியைக் கட்டினேன். பெரியாற்றில் கரைக்க வேண்டும்.

மாலையில், நானும் வேறு ஒரு சொந்தக்காரருமாக அஸ்திக் கலசத்தை எடுத்துக்கொண்டு பெரியாற்றிற்குப் போனோம்.

'சூர்ணி' என்றும் 'பூர்ணநதி' என்றும் பேருடையது பெரியாறு. இந்த ஜலகர்ப்பத்துக்குள்ளாகத்தான் என் பிதுர்களின் அஸ்திக் கலசங்கள் ஒழுகிக்கொண்டிருக்கின்றன. இதோ இப்போது அதில் என் தந்தையுடையதும்.

சூரியன் அஸ்தமிக்கத் தொடங்கும் நேரமது. அந்தி வெயிலைச் சுமந்த நீர் பொன் மின்னலாய் மின்னியது. நதி கனகதாரையானது. நான் புதிய துண்டு கட்டி, கலசத்தின் வாயைக் கட்டிய துணியை அவிழ்த்தபடி தண்ணீருக்குள் இறங்கினேன். சிறு சிறு அலைகளோடு ஓடும் தண்ணீரின் இளம் கதகதப்பு காலில்பட்டது.

தலைக்கு மேலாக அஸ்திக் கலசத்தைப் பின்னால் எறிந்தபோது எனக்குள்ளே 'அப்பா' என்ற மன அலறல் ப்ராண வேதனையோடு வெளிப்பட்ட நிமிடம் நான் குனிந்து நதியில் மூழ்கினேன்.

என் தலைக்கு மேல் நதி,

அதில்

ஜலமாக,

காலமாக,

ஜனனமாக,

மரணமாக,

துக்கமாக,

ஆனந்தமாக,

பச்சாதாபமாக,

கண்ணீராக,

ஸ்நேகமாக,

காருண்யமாக,

ஜீவசக்தியாக,

சகலமும் நிறைந்த பிரபஞ்சமாக,

அப்பா போய்க்கொண்டிருக்கிறார்.

அந்த மகா ஜலப் பிரவாகத்தில் நான் மூன்று முறை மூழ்கி எழுந்தேன்.

ஒரு ஜென்மம் நிறைவடைந்தது.

தீப்பாதி

"பாலச்சந்திரா"

இனிமையான பெண்ணின் குரல்.

உச்சி வெயிலில் சொர்ணூர் ரயில்வே ஸ்டேஷனில் கோழிக்கோடு செல்லும் வண்டியை எதிர்பார்த்து நின்றிருந்தேன்.

குரல் கேட்டுத் திரும்பிப் பார்த்தவன் அதிர்வுக்குள்ளானேன். புடவையின் தலைப்பால் தீப்புண்ணில் வெந்து சுருங்கிப்போன தலையையும், முகத்தில் பாதியையும், கழுத்தையும், வலது கையையும் மூடிய விகாரமான ஓர் உருவம்.

"என்னைப் பார்த்தால் அடையாளம் தெரியாது உனக்கு. நான் சாஹினா, மால்யாங்கரை கல்லூரியில்..."

எனக்கொன்றும் புரியவில்லை. அந்த விகாரமான முகத்தைப் பார்த்துக்கொண்டு நின்றேன்.

"ஞாபகம் வரலை இல்லியா. படகைக் கவிழ்த்திடுவேன் என்று பயமுறுத்தி என்னை முத்தம் கொடுக்கச் சொன்னது மறந்துபோயிடிச்சா?"

அய்யோ.

எனக்குள் ஞாபகம் மின்னலடித்தது.

''என்ன இது? என்ன ஆச்சு உனக்கு?''

அவள் முகம் கவிழ்ந்தாள். சில நிமிடங்கள் மௌனத்தில் கரைந்தபின் மெதுவாகத் தலையுயர்த்திப் பார்த்து, தீய்ந்த சிரிப்புடன் சொன்னாள்.

''அது பெரிய கதை.''

வார்த்தைகளை ரயிலின் அலறல் விழுங்கியது. கூட்டமில்லாத கம்ப்பார்ட்மெண்ட்டில், ஜன்னலோரத்தில், எதிரும் புதிருமாக நானும் சாஹினாவும் உட்கார்ந்தோம். ஒன்றாய்ப் படித்தவர்கள். ஒன்றும் பேச முடியவில்லை, அந்த முகத்தைப் பார்க்க முடியவில்லை, திறந்திருந்த ஜன்னல் வழியே நான் வெளியே பார்த்துக்கொண்டிருந்தேன்.

வெயிலில் செடிகள், மரங்கள், வீடுகள், வயல்கள், ஆற்றின் குறைந்த நீர்வரத்துகள், என் நினைவுகள் என எல்லாம் பின்னோக்கிப் பின்னோக்கிப் பாய்ந்துகொண்டிருந்தன.

மால்யாங்கரை எஸ்.என்.எம். கல்லூரியில் நான் +2 படிக்கும் காலம். நூலகத்தில்தான் அந்த அழகு தேவதையை முதலில் பார்த்தேன்.

''உன் பேரென்ன?''

நான் கேட்டதை அலட்சியப்படுத்தி ஒரு பார்வையை வீசி ஒன்றும் பேசாமல் நடந்து போனாள். மனதுக்கினிமையான நாட்டியம் போன்ற நடையை நான் அதுவரை கண்டதில்லை.

அவளைப் பற்றி விசாரிக்கத் தொடங்கினேன். பேர் சாஹினா. வீடு வைப்பின்கரை. படிப்பது தேர்டு குரூப். பின்னால் சுற்றியும், வலியப் போய்ப் பேசியும், நண்பர்கள் மூலமும் அவளிடம் பழக எவ்வளவோ முயன்றேன், பலனில்லை.

ஒருநாள் ஒரு யோசனை தோன்றியது. 200 பக்க நோட்டு ஒன்றை வாங்கி, எல்லா பக்கங்களிலும் ராத்திரி முழுவதும் உட்கார்ந்து

'சாஹினா சாஹினா சாஹினா' என்று எழுதினேன். நோட்டை மறுநாள் அவளிடம் கொடுத்தேன். அவள் வாங்கவில்லை.

''வாங்கலன்னா இப்ப உன் கையைப் புடிச்சு இழுத்திருவேன்'' நான் பயமுறுத்தினேன். பயந்து போய் அவள் அதை வாங்கினாள்.

அன்று மதியம் ப்யூன் என் வகுப்பிற்கு வந்தான். 'பாலச்சந்திரனை ப்ரின்ஸிபால் கூப்பிடறார்' - என்ற தகவலும் சொன்னான்.

மலையாள ப்ரொபஸராக இருந்தார் ப்ரின்ஸிபால். ஸ்லோகங்களில் மிகுந்த ஈடுபாடு உள்ளவர். சில நேரம் என்னைக் கூப்பிட்டு குமாரன் ஆசானின் ஸ்லோகம் சொல்லச் சொல்வார்.

ப்ரின்ஸிபாலின் அறைக்குச் சென்றபோது அங்கே சாஹினா. அவளுக்கு நான் கொடுத்த நோட்புக் டேபிளில் இருந்தது. நாசமாப் போச்சு. கிழவர் என்ன செய்யப் போறாரோ!

''இது நீ எழுதியதுதானே?''-ப்ரின்ஸிபால் கேட்டார்.

''ஆமாம்.''- நான் தாழ்ந்த குரலில் சொன்னேன்.

''கொஞ்சம் படிச்சுக் காட்டு.'' - அவர் நோட்டை என்னிடம் நீட்டினார். நான் நோட்டைத் திறந்து படித்தேன்.

''சாஹினா.''

''ம். முழுசும் படிடா.''

நான் படிக்கத் தொடங்கினேன். 'சாஹினா, சாஹினா, சாஹினா...' சில பக்கங்கள் படித்தபோது சார் சொன்னார்.

''நிறுத்துடா.''

அவள் வாய் பொத்தி சிரிப்பை அடக்கினாள். நான் வியர்வையில் குளித்திருந்தேன். சார் மீண்டும் சொன்னார்.

''நீ இதுபோல 10 நோட்டுகள் நிறைய எழுது. கையெழுத்து நல்லா வரும். ஆனால், அதையெல்லாம் இவளுக்குக் கொடுக்க வேண்டாம். எங்கிட்ட கொடுத்தால் போதும். நான் பார்த்து மார்க் போட்டு இவளிடம் கொடுத்திடறேன். போடா கழுதை.''

அவமானமும், பழி வாங்கும் எண்ணமும், எரியும் இதயமுமாய் நான் வெளியேறினேன். அன்றிரவு என்னால் தூங்க முடியவில்லை. எப்படிப் பழி வாங்குவது?

வைப்பின்கரை என்ற ஊரிலிருந்து குனம்பம் பஸ்ஸில் பள்ளிப்புரம் என்ற ஊருக்கு வந்து படகில் பெரியாற்றினைக் கடந்துதான் மாணவர்கள் மால்யாங்கரை கல்லூரிக்கு வருவார்கள்.

மறுநாள் காலையில் சாஹினாவும் ஸ்நேகிதிகளும் ஏறிய படகில் நானும் ஜோமோன் என்ற நண்பனும் ஏறினோம். படகு போக ஆரம்பித்தது. சாஹினாவும் சிநேகிதிகளும் என்னைப் பரிகாசம் செய்து சிரிக்க ஆரம்பித்தார்கள்.

நான் படகோட்டிக்கு 5 ரூபாய் எடுத்துக் கொடுத்தேன். அவருக்கு ஏதோ கொஞ்சம் புரிந்திருக்க வேண்டும். பெரிய ஆற்றின் நடுவில் வந்தபோது துடுப்புப் போடுவதை அவர் நிறுத்தினார். நான் மெதுவாக எழுந்தேன்.

''எல்லாரும் கவனிங்க.''-நான் சாஹினாவின் முன்னால் விரல் நீட்டிச் சத்தமாய்ச் சொன்னேன்.

''இந்தப் பெண் என்னை அவமானப்படுத்திவிட்டாள். என்னால் இந்த அவமானத்துடன் இனி வாழ முடியாது. நான் இந்தப் படகைக் கவிழ்த்துவிடப்போகிறேன். நாம் எல்லோரும் ஒரேயடியாகச் செத்துப்போகலாம்.''

எல்லோரும் அதிர்ந்துபோனார்கள்.

ஜோமோன் அதிர்ந்தவன்போல நடித்துச் சொன்னான் ''பாலன் காலைலயே கஞ்சா அடித்து பைத்தியம்போல நடந்திட்டு இருக்கான். அவன் எதையும் செய்வான். நாமெல்லாம் செத்திடுவோம்போல இருக்கே.''

''அய்யோ.''

பெண் பிள்ளைகள் மரணபயத்தோடு அலற ஆரம்பித்தார்கள்.

''இல்லன்னா சாஹினா இப்போ எங்கிட்ட மன்னிப்பு கேட்கணும். அதுமட்டும் பத்தாது, என் கன்னத்தில் ஒரு முத்தம் தரவேண்டும்.'' நான் குரூரத்தோடு சொன்னேன்.

சாஹினா அதிர்ந்து வெலவெலத்துப்போனாள்.

படகோட்டி வேலு, ''சீக்கிரம் மன்னிப்பு கேளு. தண்ணி அதிகமா வர்ற நேரம் இது. ஏதாவது தப்பான முடிவை இந்தப் பையன் எடுத்திட்டான்னா நாம எல்லாரும் சேர்ந்து செத்திருவோம். பொணம் கடல்லதான் சேரும்'' என்று பயமுறுத்தினான்.

சாஹினா பயந்து நடுங்கியபடி சொன்னாள், ''என்னை மன்னிச்சிடு.''

நான் அவளருகில் மெல்ல மெல்லப் போனேன். குனிந்து என் கன்னத்தை அவளருகில் கொண்டுபோய்க் கேட்டேன்.

''சாகப் போறியா? முத்தம் தர்றியா?''

''முத்தம் குடுத்திடு. இல்லன்னா நாம எல்லாரும் செத்துப் போயிடுவோம்.''ஒரு பெண் அழுதாள்.

சாஹினாவுக்கு முகம் சிவந்தது.

''முத்தம் குடுத்திடுடி'' - பெண் பிள்ளைகள் எல்லாம் அழத் தொடங்கினார்கள். வேறு வழியில்லாமல் சாஹினா என் கன்னத்தில் முத்தமிட்டாள்.

"பொண்ணு பொழச்சுக்குவாடா, இந்தப் பொண்ணு பொழச்சுக்குவாடா" - ஜோமோன் கைதட்டி ஆர்ப்பரித்தான். சாஹினா உடைந்து அழ ஆரம்பித்தாள்.

நான் அட்டகாசம் செய்தேன். வேறு படகில் செல்லும் மாணவர்களும் விஷயம் புரியாமலேயே கை தட்டி ஆர்ப்பரிக்கத் தொடங்கினார்கள். எங்கள் படகிலிருந்து மற்ற படகுகளுக்கும் என்னவென்று புரியாமலேயே கொண்டாட்டம் தொற்றிக்கொண்டது.

கரை வந்துசேர்ந்தபோது சாஹினா கோபத்தின் உச்சிக்குப் போனாள்.

"அறிவு கெட்டவனே. நீ கடவுளுக்குப் பதில் சொல்லியே ஆகணும்டா."

அவள் குனிந்து ஒரு பிடி சேறாய்க் கலங்கிய மண்ணெடுத்து என் தலையில் எறிந்தாள். என் முகத்தில் காறித் துப்பினாள். அழுதுகொண்டே ஓடிப்போனாள்.

அன்று நான் கல்லூரிக்குப் போகவில்லை.

"தோ. கோழிக்கோடு வந்தாச்சு."

சாஹினாவின் குரல் என்னை உசுப்பியது.

ரயில் நிலையத்திலிருந்து வெளியே வந்தபோது சாஹினா கேட்டாள்.

"எங்க போகப்போறீங்க?"

"ஹோட்டல் மகாராணி"

"என் வீடு அங்கயிருந்து அதிக தூரமில்லை. வீட்டுக்கு வந்திட்டுப் போங்களேன். என் மகளுக்கு உங்களைப் பார்த்த மாதிரியிருக்கும்."

சாஹினா அழைத்தாள். நான் அவள் கூடவே நடந்தேன்.

பூச்சு வேலை முடியாத சிறிய, ஆனால் இரண்டு அடுக்குச் செங்கல் கட்டிடம் அது. வாசலில் ஆடுகள் இருந்தன. சௌந்தர்யமான ஒரு பெண் குழந்தை பழுத்த பலாமர இலைகளைக் கம்பியில் கோர்த்து ஆட்டிற்குக் கொடுத்துக்கொண்டிருந்தாள்.

"அம்மா வந்தாச்சு."

அவள் ஓடிவந்து சாஹினாவைக் கட்டிப்பிடித்துக்கொண்டாள். ஆடுகள் கூட்டமாய்க் கத்திக்கொண்டு சிதறி ஓடின.

"என் மகள் ரஸியா. இரண்டாவது இவள். மூத்தவன் பையன். அவன் ஒரு கடையில் வேலைக்குப் போகிறான்."சாஹினா சொன்னாள்.

வாசலில் பழைய மர பெஞ்சில் உட்கார்ந்து, ஆட்டுப் பாலில் காபி கலந்து தந்ததைக் குடித்துக்கொண்டிருந்தபோது சாஹினா அவளுடைய கதையை உணர்வுப் பூர்வமாய்ச் சொன்னாள்.

அப்பா சொந்த ஊரில் படகோட்டி. அம்மா எப்போதோ இறந்து விட்டிருந்தாள். ஒரு சகோதரனும் இரண்டு சகோதரிகளும் அவளுக்கு உண்டு. +2 முடிக்கும் முன்பாகவே சாஹினாவுக்கு நிக்காஹ் முடிந்திருந்தது. அவள் அழகைப் பார்த்து மயங்கி ஒரு சப் இன்ஸ்பெக்டர் அவளைத் திருமணம் செய்திருந்தான். மூத்த மகனுக்கு ஒரு வயதாகும்போது ஒரு கேஸில் மாட்டிக்கொண்டு அவனுடைய வேலை போனது. சாஹினாவுக்காக அப்பா கொடுத்த சீதனத்தையெல்லாம் விற்று அவன் பல தொழிலுல்கள் செய்து பார்த்தான். எல்லாம் நஷ்டமானது. பிறகு வெளி நாட்டிற்குப் போனான்.

அங்கு அவன் பிழைத்துக் கரையேற முடிந்தது. பிறகு பணக்காரனானான். ஆனால், அங்கேயே ஒரு பெண்ணோடு ஸ்நேகிதம் ஏற்பட்டு அவளோடு வாழவும் ஆரம்பித்தான்.

அதற்கிடையில் இங்கு கணவனின் தம்பியோடு சாஹினாவுக்கு ஒரு நெருக்கம் ஏற்பட்டது. அவள் தன்னை இழந்தாள். இதை அறிந்த கணவன் அவளை வேண்டாம் என்று சொல்லிவிட்டான்.

கணவனின் சகோதரனான காதலனும் அவளை விட்டொழித்து வேறு திருமணம் செய்துகொண்டான். கடைசியில் வெறுங்கையோடு மகன் நசீரையும் கூட்டிக்கொண்டு பிறந்த வீட்டிற்கு வர வேண்டியதாயிற்று. அங்கு மூத்த சகோதரியும் கணவனும் குழந்தைகளும்தான் இருந்தார்கள். சாஹினாவையும் மகனையும் காப்பாற்ற அவர்கள் தயாராயில்லை. குடும்பக் கலகம் சகிக்க முடியாமல் சாஹினா தானாகவே தீக்குளித்துச் சாக முயன்றாள். சாகவில்லை.

உடல் முழுக்கத் தீப்புண்களோடு அரசாங்க மருத்துவமனையில் ஒரு மாதம் நரக வேதனை அனுபவித்தபோதுதான், மைத்துனனின் கருவைத் தான் சுமந்துகொண்டிருப்பது அவளுக்குத் தெரிய வந்தது. முழுவதுமாய் மனம் கலங்கிப்போனாள்.

கடைசியில் அப்பாவின் ஒரு சகோதரி அவளை இங்கு கூட்டிக்கொண்டு வந்தாள். இந்த வீடும் அந்த அத்தையுடையதுதான். அத்தை, கணவனால் விலக்கிவைக்கப்பட்டவளும், குழந்தைப் பேறு இல்லாதவளுமாக இருந்தாள். அவளுக்கும் யாருமில்லை. கொஞ்சம் நிலத்தையும் சில ஆடுகளையும் வைத்துக்கொண்டு அவள் வாழ்க்கை போகிறது. அத்தையின் கவனிப்பில் சாஹினா மைத்துனனின் குழந்தையைப் பெற்றெடுத்தாள். மகன் நசீர் பத்தாம் வகுப்பு தோற்றுப் போனதால் ஒரு கடையில் வேலை செய்கிறான். மகள் ரஸியா 5ஆம் வகுப்பு படிக்கிறாள்.

பேசிக்கொண்டிருக்கும்போது, மிக அழகான பையன் வாசல் படி ஏறி வந்தான்.

‘‘தம்பி இது யாருன்னு தெரியுதா?’’-சாஹினா அவனைப் பார்த்துக் கேட்டாள். நசீர் என்னைக் கூர்ந்து பார்த்தான். பின் மெதுவாகத் தலையாட்டினான்.

‘‘படத்தில் பார்த்திருக்கேன். அம்மா சொல்லித் தெரியும்’’- அவன் சங்கோஜத்தோடு சொன்னான். உள்ளே போய் எதற்கோ ஒரு பெரிய காலி கோணிப் பையை எடுத்துக்கொண்டு வெளியே போனான்.

‘‘உங்களைப் பத்தின விவரங்கள் எல்லாம் பத்திரிகையில் பார்க்கிறேன். மகன் லைப்ரரியிலிருந்து கொண்டு வருவான். சமீபத்தில் ஒரு பத்திரிகையில் உங்களோட குடும்ப ஃபோட்டோ வந்திருந்தது. அதை நான் எடுத்து வைத்திருக்கிறேன்.’’

சாஹினா சிரித்தாள். என்னால் சிரிக்க முடியவில்லை.

மாலை நேரமானது. புறப்படும்போது நான் நினைத்தேன். கையில் பணம் இருக்கிறது. சாஹினாவுக்குக் கொஞ்சம் கொடுக்கலாமா? வேண்டாம். அவளுடைய தன்மானம் ரணப்பட்டால் என்ன செய்ய! இன்னுமொருமுறை என் முகத்தில் காறித் துப்பினால்! வேண்டாம், சட்டென ஒரு எண்ணம் எனக்குள் மின்னியது. ஆமாம், அதைக் கொடுக்க வேண்டும்.

நான் சாஹினாவிடம் சொன்னேன் - ‘‘உங்கிட்ட ஒரு ரகசியம் சொல்லணும் சாஹினா!’’

‘‘என்கிட்டயா?’’- சாஹினா ஆச்சர்யப்பட்டவளாய்க் கேட்டாள்.

‘‘ஆமாம். பரம ரகசியம்.’’

சாஹினா மகளைப் பார்த்தாள்.

‘‘உள்ளே போ மகளே.’’

குழந்தை ரஸியா உள்ளே போனாள்.

மாடிப்படியருகில் ஒரு ரகசியமான இடத்தைப் பார்த்து அங்கே நடந்தேன். சாஹினா பின்னால் வந்தாள். நான் சுற்றிலும் பார்த்தேன். யாரும் அங்கில்லை.

"என்ன?" - சாஹினா ஆவல் மீதுரக் கேட்டாள்.

"கிட்ட வா. காதுல சொல்றேன்."-சாஹினா தயக்கத்துடன் நகர்ந்து வந்தாள்.

"வேறொன்றுமில்லை. நான் முன்பு உன்னை வேதனைப்படுத்தி வாங்கியதைத் திருப்பித் தரத்தான்"

சாஹினா பதில் சொல்ல ஆரம்பிக்கும் முன்பு நான் தீயால் வெந்து சுருண்டிருக்கும் அவளது கன்னத்தில் அழுத்தி முத்தமிட்டேன்.

அவள் ஸ்தம்பித்து நின்றாள். அவசரமாய் இறங்கி வரும்போது நான் திரும்பிப் பார்க்கவேயில்லை.

காலடிச் சுவடுகள்

மத்தியான வெய்யில், தங்கம்போலப் பளீரிட்டது. தலைவலி அதிகமாக இருந்ததால் வேலைக்குப் போகாமல் நான் வீட்டிலேயே படுத்திருந்தேன். மனைவி ஆபீஸிற்கும் மகன் பள்ளிக் கூடத்திற்கும் போயிருக்கிறார்கள். மேஜை மீது சாப்பாடு மூடி வைக்கப்பட்டிருந்தது. ஆனால் பசியில்லை. இருக்கும்போது தேவைப்படாததுதானே இயற்கை.

ஜன்னலுக்கு வெளியே வெயில் நெருப்புக் கங்குகள்போலத் தகிக்கிறது. காற்றில் அலையும் வாழையிலைகளின் மரகதப் பச்சையைப் பார்த்தபடி கட்டிலில் படுத்திருந்தேன். மதில் மேல் ஓர் அணில் வெயிலை அலட்சியப்படுத்திவிட்டு ஓடி நின்று பார்த்துவிட்டுப் போனது. எங்கிருந்தோ கீச் கீச்சென்ற கிளிச் சப்தம்.

அந்தக் கிளியின் பெயர் என்னவாக இருக்கும்? 'பச்சிலைக் குடுக்கு' என்றோ, 'குட்டுறவன்' என்றோ ஏதோ ஒன்றாகயிருக்கும்.

வீட்டில் யாருமற்ற மத்தியான அமைதி. உறக்கமற்ற இந்தக் கணங்கள் சுய விசாரணையில் இறங்கும். அப்படித்தான் நானும் இருந்தேன். அப்போது யாரோ இரும்புக் கதவைத் திறக்கும் சப்தம் கேட்டது. நான் எழுந்து வந்து வாசல் கதவைத் திறந்து பார்த்தேன்.

நரைத்து வெளுத்துப்போன வெள்ளை ஜாக்கெட்டும் வேஷ்டியும் அணிந்த மாநிறமுள்ள ஒரு முதியவள். கையில் அலுமினியத் தட்டொன்று வைத்திருந்தாள். தட்டில் சில நாணயங்களும், வேளாங்கண்ணி மாதாவின் படமும் வாடிய ஒரு ரோஜாப்பூவும் இருந்தன.

வேண்டுதலாயிருக்கும்!

நான் உள்ளே போய்க் காசெடுத்து வந்து அலுமினியத் தட்டில் போட்டேன். கிழவி வேளாங்கண்ணிக்கெல்லாம் போகமாட்டாள். காசு வாங்க எத்தனையோ வேஷம். இதுவும் ஒன்று என நான் நினைத்தேன்.

"கொஞ்சம் தண்ணி தர்றியா மகனே. வெயிலில் நடந்து நடந்து ரொம்பத் தளர்ச்சியா இருக்கு" வாடித் தளர்ந்து போன குரலில் அந்த முதியவள் கேட்டாள்.

நான் அந்தக் கிழவியை வேதனையுடன் பார்த்தேன். தலை நரைத்து எண்ணெய்ப் பசை இல்லாமல் காற்றில் அலைந்த முடி. தோல் சுருங்கித் தொங்கும் முகம். தளர்ந்த கண்கள். நரம்பு புடைத்த கழுத்தில் கமலை நோய் வந்திருந்தது. மெலிந்த எலும்புக் கைகள். நீர்க் கட்டி, விண்டுப் பிளந்த பாதங்கள்.

பாவம்.

ஒரு கண்ணாடிப் பாத்திரத்தில் தண்ணீர் எடுத்தபோது மேஜை மேல் இருக்கும் என் சாப்பாடு நினைவுக்கு வந்தது. எனக்கு அது வேண்டாம். பசியில்லை. கிழவி எதையும் சாப்பிட்டிருக்க மாட்டாள். முகம் பார்த்தபோதே தெரிந்தது. அவள் வேண்டுமானால் சாப்பிடட்டுமே.

தண்ணீர் கொண்டுபோனபோது கிழவி கைப்பிடிச்சுவரில் தட்டை வைத்துவிட்டுத் திண்ணையில் உட்கார்ந்திருந்தாள்.

"நீங்க ஏதாவது சாப்பிட்டீங்களாம்மா?"

நான் கேட்டபோது அந்த அம்மா புரியாததுபோல விழித்துப் பார்த்தாள்.

‘‘கொஞ்சம் சாப்பாடு இருக்கு. தரட்டுமா?’’

நான் தெளிவாய்க் கேட்டேன்.

‘‘மாதாவே.’’

கிழவி தொண்டை இடற கைகூப்பித் தலை ஆட்டினாள்.

நான் ஒரு வாழை இலையை அறுத்து எடுத்துவந்து திண்ணையில் வைத்து அதில் சாதம் பரிமாறினேன். பால் பூசணிக் குழம்பை ஊற்றினேன். இலையின் ஓரத்தில் வறுவலும் வைத்தேன்.

கிழவி நடுங்கும் கைகளினால் பத்திரமாக சோறு சிந்தாமல் அள்ளிச் சாப்பிட்டாள்.

மிக உயர்ந்த நிலையில் சுக ஜீவனம் நடத்தும் உலகத் தலைவர்களின் காதுகளில் ஃபிடல் காஸ்ட்ரோவின் சப்தம் முழுங்கியது.

‘‘உலகத்தில் எண்பது கோடி மக்களுக்கு உணவில்லை.’’

என் மனம் ஒருமுறை நடுங்கிக் கரைந்து இறுகியது.

சாப்பிட்ட இலையைத் தென்னை மரத்தினடியில் கொண்டு போய்ப் போட்டுக் கைகழுவிவிட்டு வந்த அந்த முதியவள் தளர்ச்சியோடு என்னிடம் கேட்டாள்.

‘‘நான் இந்தத் திண்ணையில் கொஞ்ச நேரம் படுத்துக்கிடட்டுமா மகனே? வெயில்ல நடக்க முடியல.’’

‘‘படுத்துக்கோங்க.’’

காலையில் இருந்த தலைவலி எனக்கு இப்போதும் இருக்கிறது. கொஞ்சம் தண்ணீர் குடித்துவிட்டு வந்து ஒரு சினிமா இதழைப் புரட்டிக்கொண்டு கட்டிலில் போய்ப் படுத்தேன்.

வாசல் திண்ணையில் இருந்து ஒரு கேவல் கேட்டதுபோல...

நான் மெதுவாக எழுந்து போய்க் கதவைத் திறந்து பார்த்தேன். தரையில் படுத்துக்கொண்டு அந்த முதியவள் கேவிக் கேவி அழுது கொண்டிருந்தாள்.

"என்னாச்சு உங்களுக்கு? எதுக்கு அழறீங்க?"

நான் பெரிய சுவாரஸ்யம் ஒன்றுமில்லாமல் கேட்டேன். முதியவள் மெல்ல எழுந்து சுவரில் சாய்ந்து உட்கார்ந்து கண்களைத் துடைத்துக்கொண்டு இடறிய குரலில் சொன்னாள்.

"ஒண்ணுமில்லை மகனே, ஒவ்வொண்ணா நெனச்சுப் பார்த்தா அழுகையை அடக்க முடியல."

கடந்ததை எல்லாம் நினைத்துப் பார்த்தால் அழுகை வராமல் இருக்கும் வாழ்க்கை எத்தனை பேருக்குச் சாத்தியம்? ஆனாலும் நான் கேட்டேன்.

"என்ன பெரியம்மா, அப்படி யோசிச்சிட்டீங்க?"

வயதான அந்தப் பாவப்பட்ட ஜீவன் கைகூப்பி மேலே நோக்கி விம்மல் தெறிக்க உடைந்து அழுதாள்.

"மாதாவையும் மனிதர்களையும் ஒரே நேரத்தில் ஏமாத்தறேனே. அதை நெனச்சா நான் எப்படி அழாம இருக்க முடியும் மகனே?"

எனக்கு வேதனை ஏற்பட்டது. கைப்பிடிச் சுவரில் உட்கார்ந்து நான் சொன்னேன்.

"என்ன விஷயம்னு சொல்லுங்கம்மா. இப்படி அழுதுகிட்டு இருந்தா எப்படி?"

"என்னோட மருமகள் இருக்காளே, குட்டிச் சாத்தானின் வாரிசு அவளால்தான் நான் இந்த வேஷமெல்லாம் போடறேன்."

"மருமகளா, என்ன செய்தா அவ?"

நான் வேளாங்கண்ணிக்கொண்ணும் போகலை மகனே. இப்படி இரந்து கிடைப்பதைச் சாயந்தரம் கொண்டு போய்க் கொடுக்கலன்னா என்னோட அருமை மருமக எனக்குப் பச்சத் தண்ணிய கூட கண்ணுல காட்டமாட்டா. வேற கதி இல்லை மகனே எனக்கு. பொறுத்துக்கணும்

நீங்க. வேளாங்கண்ணி மாதாவுக்கு என்னோட எல்லா விஷயமும் தெரியும்.''

கிழவி மூக்கைச் சிந்தினாள்.

பதினாறு வயதிலிருந்து ஓலைப்படல் பின்னியும், நார் அடித்துக் கயிறு திரித்தும், அரிசி இடித்துக்கொடுத்தும், துணி துவைத்துக் கொடுத்தும் இந்தக் கிழவி நான்கைந்து பிள்ளைகளைப் பெற்று வளர்த்திருக்கிறாள். வயதான காலத்தில் இரண்டாம் மகன் குஞ்ஞுக்கனும் மனைவி லீலாம்மாவும் மட்டும்தான் ஒரு கரண்டி கஞ்சி கொடுக்கவாவது சம்மதித்தார்கள். அதற்கும் கிழவி ஒவ்வொரு நாளும் ஒவ்வொரு வேஷம் கட்ட வேண்டி வந்தது. குஞ்ஞுக்கனுக்குப் பெரும்பாவூரில் வேலை. வாரத்திற்கு ஒரு முறைதான் வர முடியும். பெற்ற தாயின் கஷ்டத்தையும் கண்ணீரையும் பார்க்கவும் கேட்கவும் அவனுக்கு நேரமில்லை. ஆனாலும் எப்போதாவது அவனிடம் தன் கஷ்டத்தைச் சொன்னால் போதும், அவன் போன உடனே மருமகளிடமிருந்து தொடப்பம் ஒடியும் வரை அடிவாங்க வேண்டிவரும்.

''எப்படி வளர்த்தேன் தெரியுமா இந்தக் குஞ்ஞுக்கனை? குழந்தையில் அவன் எப்போதும் சிரங்கு பிடித்த பையனாகவே இருப்பான். ரெண்டு கையிலும் கழுத்திலும் சேனைக்கிழங்கைத் தோல் சீவியதைப்போலப் பார்க்கவே அருவெறுப்பாக இருக்கும். அவனுடைய அப்பா சாராயம் குடிச்சிட்டு வந்து சுயநினைவில்லாம ஏதேதோ பினாத்திட்டுத் தூங்கிடுவார். கையும் கழுத்தும் சொறிந்து சொறிந்து ரத்தம் வந்து அழும் குழந்தையை மடியில் வைத்துக்கொண்டு நான் ராத்திரி முழுவதும் இமை மூடாமல் உட்கார்ந்திருப்பேன். ''கொங்கோர் பள்ளியில்'' ஒரு வைத்தியர்தான் வைத்தியம் பார்த்தது அவனுக்கு. மாதத்தில் இரண்டு முறை அங்கு போக வேண்டும். ஒருமுறை குழந்தையை வைத்தியரிடம் கொண்டு போனபோது எனக்கு நிறைமாதக் கர்ப்பம். திரும்பிவரும்போது

எனக்குப் பிரசவவலி எடுத்துவிட்டது. ஒரு முஸ்லிம் பெண்தான் தன் வீட்டில் எனக்குப் பிரசவம் பார்த்தாள். அவன் குஞ்ஞுக்கனுக்கு அடுத்தவன். அய்யோ வேளாங்கண்ணி

மாதாவே! எப்படித்தான் அந்த நாளை எல்லாம் தாண்டி நான் வந்தேனோ தெரியல மகனே. என் பொன்னான மருமகளுக்கு அதெல்லாம் தெரியாது. இந்த ரண வேதனை எல்லாம் தெரியாமலே என்னோட வீட்டுக்காரரை ஏசு சாமி மொதல்லயே தன்கிட்ட சேத்துகிட்டார். அது அந்த மனுஷனோட பாக்கியம்''

அந்த முதியவளின் துக்கங்களைக் கேட்டுக்கொண்டிருந்தபோது என் நினைவுத் தடங்களில் என் அம்மாவின் காலடி ஓசை அதிர்ந்தது.

அம்மாவைப் பார்க்க நான் போவதேயில்லை. மாதம் ஒரு முறை சிறிய தொகை ஒன்றை அனுப்புகிறேன். அவ்வளவுதான். எத்தனை வேதனைகளும் சங்கடங்களும் என் அம்மாவுக்குள் இருக்கும், என்னிடம் வெடித்துச் சிதற?

அவமதிப்பவனாக... பாசமற்றவனாக... நன்றி இல்லாதவனாக... குற்ற உணர்ச்சியில் எனக்கு மூச்சு முட்டியது.

வெயில் சாய்ந்திருந்தது. அலுமினியத் தட்டில் வேளாங்கண்ணி மாதாவின் படத்தையும், சில நாணயங்களையும் வாடிக் கரிந்த ரோஜாப்பூவையும் எடுத்துக்கொண்டு அந்த வயதானவள் மெல்ல வாசல் படி கடந்து வெளியே போனாள்.

வாசலில் காய்ந்த மண்ணில் அந்த வேதனையின் காலடிச் சுவடுகள் மட்டும் பதிந்திருந்தன.

பைத்தியக்காரன்

ஆலுவா பஸ் ஸ்டாண்டில் அழுக்குப் படிந்த தரையில் துவண்டு அமர்ந்து, பரட்டைத் தலையைச் சொறிந்து கொண்டிருந்த இளைஞனான அந்தப் பைத்தியத்தின் மேல் என் கண்கள் நிலைத்தன.

எலும்பும் தோலுமாய், வெளிறிப்போன அவன் சட்டையும் வேஷ்டியும் கசங்கி அழுக்கில் நாற்றமெடுத்தன. செருப்பில்லாத கால்களில் ரணங்களுமாய், அவன் ஒரு முன்ஜென்மப் பாவியாய் எனக்குத் தோன்றினான்.

வேறு ஏதோ ஓர் உலகத்தில், மனசைத் தொலைத்துவிட்டு அலையும் அந்தச் சூன்யமான கண்களைப் பார்த்தபோது எப்போதோ எங்கேயோ பார்த்த மாதிரி ஒரு நினைவு.

என் மூளையின் கோடானுகோடி அணுக்கள் காலத்தின் இருண்ட அறைகளில் பாய்ந்து, பறந்து தேடியதில் அரை நொடியில் அந்த ஞாபகத்தை என்னால் பிடிக்க முடிந்தது.

சில வருடங்களுக்கு முன்பு சங்கரன் நாயர் என்றொரு ஆள் எங்கள் ஊரிலிருந்து சிங்கப்பூருக்குச் சென்றிருந்தார். மனைவி தேவகி அம்மாளும், மகன்கள் மோகனனும் அஜயனும் அவருடன் அங்கேயே இருந்தார்கள்.

ரிடையர்மென்டாகி சொந்த மண்ணுக்கு வந்து, வசிக்க நல்லதொரு வீடும், வாழ்க்கையை எந்தக் குறைபாடும் இல்லாமல் நடத்தக் கொஞ்சம் சொத்துக்களும், தொழிலும் ஏற்பாடு செய்வதற்காக சங்கரன் நாயர் சம்பாத்யத்தைத் தன் தம்பியான கண்ணன் நாயருக்கு நம்பிக்கையோடு அனுப்பிக்கொண்டிருந்தார். அதில் முக்கால் பாகத்தையும், கண்ணன் நாயரே கையகப்படுத்திவிட்டதை அறியாத பாவமான சங்கரன் நாயர், மனைவியையும் மகன்களையும் கூட்டிக்கொண்டு சிங்கப்பூரிலிருந்து சொந்த மண்ணுக்கு வந்தபோது, அவருக்கு மிச்சமிருந்தது, எதற்கும் உதவாத மண்ணோடு கொஞ்சம் நிலமும், வேலை முடியாத ஒரு சின்ன வீடும் மட்டுமே.

உடன் பிறந்தவன் செய்த நம்பிக்கை துரோகத்தில் இதயம் நொறுங்கி, சிதறி, நோயில் விழுந்து அதிக நாள் வாழாமல் இறந்தும் போனார் சங்கரன் நாயர்.

சங்கரன் நாயரின் மகன்களான மோகனனையும் அஜயனையும் பற்றிச் சொல்லவில்லையே! சிங்கப்பூரிலிருந்து சொந்த ஊருக்கு வந்தவுடன் மோகனன் மால்யாங்கரைக் கல்லூரியில் ஹையர் செகண்டரி முதல் வருடமும், அஜயன் நான் படித்த பள்ளியில் ஒன்பதாம் வகுப்பும் சேர்ந்தார்கள். நான் அப்போது பத்தாம் வகுப்பு படித்துக் கொண்டிருந்தேன்.

முனிசிபல் லைப்ரரியில்தான் நான் மோகனனை முதலில் சந்தித்தேன். சுருண்ட முடியை அழகாய்ச் சீவி, வெள்ளையில் மெல்லிய நீல வரிகளிலான டெர்லின் ஷர்ட்டும், கறுப்புப் பான்ட்டும், ஷூவும் அணிந்து, சுகந்த மணமுள்ள வாசனை திரவியம் பூசி, தங்கத்தில் வாட்சும் கட்டிய, சிவந்த அழகான இளைஞன். மின்னும் கண்கள். கையில் இங்கிலீஷ் புத்தகம். நேர்த்தியாய் ஆங்கிலம் பேசுவான். மோகனனை நான் வலியப்போய் அறிமுகப்படுத்திக்கொண்டேன்.

அன்று அவன் கையில் தாமஸ் ஹார்டியின் ‘டெஸ்' என்ற ஆங்கிலப் புத்தகம் இருந்தது. பின்னொரு நாளில் அவன் லைப்ரரியின் பக்கத்தில்

இருந்த பார்க்கில் உட்கார்ந்து, டெஸ்ஸின் கதை சொன்னதையும் நான் மிகவும் வேதனைப்பட்டதையும் நினைத்துப் பார்க்கிறேன். ஐரோப்பிய நாவல் உலகத்தை எனக்கு அறிமுகப்படுத்தியதும் மோகனன்தான்.

கவிதை பைத்தியமும், நாவல் வாசிப்பும், நாடக அபிநயமும் முதிர்ந்து தேறாத காதலும் சேர்ந்தபோது என்னுடைய பத்தாம் வகுப்பின் படிப்பு சோர்ந்துபோனது. ஒருவிதமாகத்தான் நான் அந்த வருடம் தேறினேன்.

நான் படித்த காலத்தில் எஸ்.எஸ்.எல்.சி. யில் மார்க் குறைந்த மாணவர்களின் ''அபயம்'' மால்யாங்கரைக் கல்லூரியாக இருந்தது.

சீனியரான மோகனனின் கூடத்தான் நான் முதல் நாள் கல்லூரிக்குச் சென்றேன். புதிய மாணவர்களையும் ஆசிரியர்களையும் அறிமுகப்படுத்தியதும், வகுப்பில் கொண்டு உட்கார வைத்ததும் மோகனன்தான்.

1975இல் மால்யாங்கரைக் கல்லூரியில் நாடகப் போட்டி. ஹையர் செகண்டரி மாணவர்கள் எம்.டி.வாசுதேவன் நாயரின் 'இருளின் ஆத்மா' என்ற சிறுகதையை நாடகமாக்கி நடிக்கக் தீர்மானித்தோம். சந்தோஷ், பீட்டர், விஸ்வநாதன், கிளமண்ட் பாபு, அகமது ரவி, என்.எம்.பியர்சன் என்ற நண்பர்கள் கூட்டம் இருந்தது நாடகத்திற்குப் பின்னால். ''வேலாயுதப் பைத்தியம்'' என்ற பாத்திரத்தை நான் ஏற்று நடித்தேன்.

பரட்டைத் தலையும் தாடியுமாய், கசங்கி அழுக்கேறிய துண்டும் கட்டி, வேலாயுதப் பைத்தியக்காரனாய் வேடமணிந்து மேக்கப் ரூமில் இருந்த என்னைப் பார்க்க மோகனன் வந்தான். 'பர்கிலி' சிகரெட்டை ஆழ்ந்து இழுத்து, புகையை ஊதிவிட்டு, என்னைத் தலை முதல் கால்வரை பார்த்தான்.

''பரவாயில்லயேடா. நீ அசல் பைத்தியம் மாதிரியே இருக்கியே. ஸ்டேஜுக்கு வரும்போது கண்களை பிளாக் பண்ணிடு. பைத்தியக்காரங்களோட கண்களைப் பாத்தாலே தெரியும்.''

அரங்கத்தில் வேலாயுதப் பைத்தியக்காரனாய் நான் நடித்தபோது என்னுள்ளில் மோகனன் செய்த உபதேசம் கேட்டது.

எங்களுடைய நாடகத்திற்கு முதல் பரிசு கிடைத்தது. எனக்குச் சிறந்த நடிகனுக்கான பரிசும் கிடைத்தது. எனக்கு அது உலகின் அதீத சந்தோஷத்தின் அற்புத நிமிடமாயிருந்தது.

மோகனனும் நண்பர்களும் என்னைத் தோள்களில் தூக்கி ஆர்ப்பரித்தது என் நினைவில் இன்னுமிருக்கிறது.

ஆங்கிலத்தில் அதிக மார்க்குகள் வாங்கி ஹையர் செகண்டரி தேர்ச்சி பெற்ற மோகனன், ஆலுவா யு.ஸி கல்லூரியில் சேர்ந்தான். ஐ.எஃப்.எஸ். பாஸ் பண்ண வேண்டும். சிங்கப்பூரில் வேலை பார்க்கணும். அம்மாவின் கண்ணீரைத் துடைக்க வேண்டும் என்ற கனவுகளில் மிதந்தான் அவன்.

ஆனால், விதி ஒரு பெண்ணின் ரூபத்தில் மோகனனுக்காகக் காத்திருந்தது. அந்த அதிரூபசுந்தரி அவனைப் போதையூட்டி உன்மத்தனாக்கினாள். அவனுடைய கனவு அவள் மட்டுமேயானாள்.

இதனிடையில் என்னுடைய ப்ளஸ் 2 படிப்பும் முடங்கியது. வீட்டிலும் நாட்டிலும் இருக்க முடியாமல் ஒரு ஜோல்னா பையுடன் நான் வெளியேறவேண்டி வந்தது. கவியரங்குகளிலிருந்து கவியரங்குகளுக்கு நான் மிதந்துகொண்டிருந்த காலம் அது.

எப்போதாவது பார்க்க முடிகிற பழைய நண்பர்களிடம் மோகனனைப் பற்றிச் சில விவரங்கள் தெரிந்து கொள்வதுண்டு.

காதல், மோகனனின் படிப்பைத் தகர்த்தெறிந்திருந்தது. அது மட்டுமல்லாமல் காதலித்தவள் வேறு ஒருவனை மணமுடித்து வேறெங்கோ போய்விட்டிருந்தாள். பெண் எனும் மாயலோகத்தின் போதையில் ஊறி, சஞ்சரித்துக்கொண்டிருந்த மோகனன் முற்றிலும் சிதறி உள்ளுக்குள் ஒடுங்கிப்போனான். அவனுடைய எல்லாமுமான அம்மா, வியாதியையும், மகனின் வேதனையையும் பொறுக்க முடியாமல் இறந்துபோனாள்.

அத்துடன் துரதிஷ்டக்காரனான அந்த இளைஞனின் பாதையும் மாறியது. அவன் துக்கத்திலாழ்ந்தான்.

இதனிடையில் ஒரு வேலை கிடைத்ததில் தம்பி அஜயன்தான், மோகனனைக் காப்பாற்றி மருத்துவமும் பார்த்தான். சித்தப்பாவான கண்ணன் நாயர், இவர்களைக் குரூரமாக ஒதுக்கித் தள்ளினார். இதெல்லாம் எப்போதாவது பார்க்கும் நண்பர்களிடமிருந்து நான் கேட்டறிந்த தகவல்கள்தான்.

ஆனால், சில வருடங்களுக்கு முன்னால் பரட்டைத் தலையும் தாடியுமாய், கசங்கி அழுக்கேறி நாற்றமடித்த துண்டும் கட்டி, வேலாயுத பைத்தியமாய் மேக்கப் ரூமில் இருந்த என்னைப் பார்க்க, டெர்லின் ஷர்ட்டும், பான்ட்டும், ஷூவும் அணிந்து, கையில் புகையும் ‘பர்கிலி’ சிகரெட்டுமாக வந்த அழகான என்னுடைய சீனியர் மாணவன்தான் இன்று என் முன்னால் சோர்ந்தமர்ந்து, பரட்டைத்தலையைச் சொறிந்துகொண்டு இருக்கும் இந்த முழுப் பைத்தியக்காரன்.

வாழ்ந்து மட்டுமே கற்றுக்கொள்ளக்கூடிய விஷயமாக இருந்தது வாழ்க்கை என்று அன்றெனக்குப் புரிந்தது.

நான் குனிந்து அவனுடைய முகத்தைப் பார்த்து மெதுவாகச் கூப்பிட்டேன்.

‘‘மோகனா......’’

இல்லை. என்னை யாரென்று அவனுக்குப் புரியவில்லை. ஒருபோதும் என்னை அவன் தெரிந்துகொள்ளப் போவதுமில்லை. அந்தக் கண்களில் இதய அலைகளின் மாயாஜால ஓசையை உணரும் சக்தி இல்லை.

சட்டென யாசிப்பது போன்ற பாவனையில் இரு கைகளையும் என் முன்னே நீட்டினான்.

என்னால் சகிக்க முடியவில்லை.

அழுக்கேறிய அந்தக் கைகளை வேதனையில் விம்மித் துடிக்கும் இதயத்துடன் இறுகப் பிடித்தபடி அவனைக் கூப்பிட்டேன்.

''எழுந்திரு. வா.''

அழுக்குடன் நாற்றமெடுக்கும் பைத்தியம் உள்ளே வர அனுமதி மறுத்தது ஹோட்டல் நிர்வாகம். குளிக்காமல் சிக்குடன் அழுக்கேறிய முடியைத் தொட முடியாதென பார்பர் அருவெறுத்தான். பார்க்க அருவெறுப்பாய், கை கால்களில் ரணங்களுடன் இருக்கும் பைத்தியத்திற்கு அறை கொடுப்பதில்லை என்றது லாட்ஜ் நிர்வாகம்.

துக்கம் தாளாத நான், வேறு வழியே இல்லாமல் விலை குறைந்த ரெடிமேடு ஷர்ட்டும் வேஷ்ட்டியும், பனியன் ஜட்டியும், சோப்பும், துண்டும், பேஸ்ட்டும், பிரஷ்ஷும், பிளாஸ்டிக் மக்கும், துணிப் பையும், பாண்டேஜ் துணியும் வாங்கி மோகனனையும் அழைத்துக்கொண்டு ஆலுவா ரயில்வே ஸ்டேஷன் பாத்ரூமிற்குச் சென்றேன்.

குளித்து சுத்தமாய், நல்ல துணி உடுத்தி, கை கால் ரணங்களில் பாண்டேஜ் ஒட்டி, வேஷம் மாறிய மோகனனைப் பார்த்தபோது முடி வெட்டிக் கொடுக்க பார்பர் சம்மதித்தான்.

வழியில் நின்று விலை குறைந்த ஒரு ஜோடி ஹவாய் செருப்பும் வாங்கி அணிந்தபோது மோகனன் ஒரு சாதாரண மனிதன்போல உருமாறினான்.

உருவம் மட்டுமே.

அந்தக் கண்களில் இந்த உலகம் இல்லை.

அவனுக்கு என்னை யாரெனப் புரியவில்லை.

அவன் இதுவரை ஒன்றும் பேசியிருக்கவில்லை.

அவனுக்குப் பாஷை இல்லை.

அவனுள்ளே ஜனனத்திற்கு முன்பும், மரணத்திற்குப் பிறகுமான மௌனம் மட்டுமே இருந்தது.

ஒரு ஹோட்டலில் போய் உட்கார்ந்து மசால் தோசை கொண்டுவரச்சொன்னேன். சாப்பாட்டைப் பார்த்தபோது மோகனனின் கண்கள் மின்னின. பறந்து அள்ளி, அள்ளிச் சாப்பிட்டான். எத்தனை வேகம் அதில்!

பசி இல்லாமல்போக, பைத்தியத்தினால்கூட முடியவில்லையே என்ற துக்கம் என்னுள் ப்ரவாகமெடுத்தது. பசிதான் பரம சத்தியம். பைத்தியம்கூடப் பசிக்குப் பிறகுதான் என்ற உண்மை எனக்குத் தெளிவாய்ப் புரிந்தது.

"போதுமா?" நான் கேட்டேன்.

சாப்பிட்டு நாளான மோகனன், ருசியின் உன்மத்தத்தில் என்னை நோக்கிச் சிரித்தான்.

நாங்கள் மீண்டும் பஸ் ஸ்டாண்டுக்கு வந்தோம். மாலை நேரமாகிக்கொண்டிருந்தது. மோகனனை நான் இனி என்ன செய்வேன்?

திருச்சூரில் இருக்கும் என் நண்பனும் மனோதத்துவ நிபுணருமான ரமேஷிடம் கொண்டுவிட்டுவிடலாமா? அவன் வேலை செய்வது பைத்தியக்கார ஆஸ்பத்திரியில்தான். இல்லையெனில், பாதி ராத்திரியில் மார்த்தாண்டவர்மா பாலத்தின் உச்சியில் கொண்டுபோய் மோகனனைக் கீழே ஆலுவா ஆற்றின் மத்தியில் தள்ளிவிட்டு எல்லாவற்றிற்குமாய் ஒரு முற்றுப்புள்ளி வைத்துவிடலாமா? அப்படி மோகனனை உலகத்திலிருந்தும் உலகத்தை மோகனனிடமிருந்தும் மீட்டு விமோசனம் கொடுக்க முடியுமா?

இல்லை. அதெல்லாம் செய்ய என்னால் முடியவில்லை. துணிப்பையில் பிளாஸ்டிக் மக்கும். பேஸ்ட்டும் பிரஷ்ஷும் துண்டும் போட்டு மோகனனின் தோளில் மாட்டினேன். கொஞ்சம் பணத்தை அவன் சட்டை பாக்கெட்டில் வைத்தேன்.

அவனை ஆலுவா பஸ் ஸ்டாண்டில் நிர்தாட்சண்யமாக விட்டு விட்டு அடுத்த பஸ்ஸில் ஏறி நான் எர்ணாகுளத்துக்கு வந்துவிட்டேன்.

உலகத்தில் யாருக்கும் வேண்டாத பைத்தியம் எனக்கு மட்டுமெதற்கு?

சில மாதங்களுக்குப் பிறகு பட்டினி கிடந்து கிடந்து மோகனன் இறந்துவிட்டான் என்று ஒரு நண்பன் சொன்னான்.

நான் ஒரு துக்கப் பெருமூச்சுவிட்டேன்.

அது மட்டுமே, அது மட்டுமே, செய்ய முடிந்த பாவியானேன் நான்.

திருவோண விருந்து

1978 ஆம் வருட ஓணத் திருநாளை, நான் வாழ்வின் எந்த நொடியிலும் மறக்க முடியாது. வீட்டையும் நாட்டையும் படிப்பையும் முற்றாக நக்சலைட்டுகளுக்கு ஒதுக்கிப் புறந்தள்ளிய காலம் அது. எர்ணாகுளத்தில் மகாராஜாஸ் கல்லூரியில் தத்துவம் படிக்கும் மாணவனான கெ. எஸ். ராதாகிருஷ்ணனின் விடுதி அறையில்தான் நான் அப்போது தங்கியிருந்தேன்.

கடற்கரையை அடுத்துள்ள முலைக்காடு என்ற தீவில் தரித்திரம் மட்டுமே சூழ்ந்த ஒரு குடும்பத்தின் முக்கியக் கதாபாத்திரம்தான் ராதன். அவனுக்கு அப்பா இல்லை, அம்மாவும் சகோதரிகளும் மட்டுமே. படிக்கும் நேரத்தைத் தன் தூக்கத்தின் பாதியாய் மாற்றி, மீதி நேரத்தில் விவசாயக் கூலிக்குப் போவது வரை செய்துதான் ராதன் தன் குடும்பத்தைக் காப்பாற்றினான். வீட்டில் படிக்க இடம் சௌகர்யப்படாததால் அவன் விடுதியில் அறை எடுத்துத் தங்கியிருந்தான். அந்த அறைக்கு ஒவ்வொரு முறை நான் அபயம் தேடிப் போகும்போதும் என்னையும் என் செலவுகளையும் மௌனத்துடன் ஏற்கும் நண்பனாயிருந்தான்.

காங்கிரஸ்காரனாயிருந்த ராதனுக்கு நக்சல் அனுதாபியாயிருந்த என் கொள்கைகள் மீதும், வாழ்க்கை முறை மீதும் எந்தச் சம்பந்தமும்

இல்லாமல் இருந்தது. ஆனாலும் மனநோயுள்ள சகோதரனிடம் நடந்துகொள்ளும் ப்ரியத்தோடும் அன்போடும் உரிமையோடும்தான் அவன் என்னிடம் நடந்துகொண்டான்.

ஒருநாள் விடுதி அறையில், தரையில் எல்லாம் மறந்து, சுருண்டு தூங்கிக்கொண்டிருந்த என்னை எழுப்பி ராதன் சொன்னான்.

"டேய், நாளைக்கி ஹாஸ்டலைப் பூட்டிடுவாங்க ஓணம் வருதில்லையா! அதனால் ரூமை காலி செய்து கொடுக்கணும்."

"அய்யோ, அப்ப நான் என்ன செய்வேன்?" என்று கேட்டேன்.

"நீ உன் வீட்டுக்குப் போ" - ராதன் சலனமில்லாமல் சொன்னான்.

எனக்குக் கோபம் வந்தது. எனக்கு ஏது வீடு? ஒரு சபிக்கப்பட்ட கூட்டுக் குடும்பத்தில் பிறந்து 18 வருடங்கள் வளர்ந்தேன். இனியும் சமாளித்து இருந்திருந்தால் மூச்சு அடைத்துப்போகும் என்ற நிலை வந்தபோது அங்கிருந்து வெளியேறினேன். அந்த நரகத்திற்கா திரும்புவது?

நான் எதுவும் பேசாமல் ராதனை முறைத்தேன்.

"என்னை ஏண்டா இப்படி பாத்துச் சாவடிக்கறே. பேசாம எங்க வீட்டுக்கு வா"

அதுவும் சரிவராது. நான்கைந்து பேர்கூடப் படுக்க முடியாத சின்ன வீடு அவனுடையது. அங்குபோய் எல்லோரையும் சங்கடப்படுத்த என்னால் முடியாது. அது மட்டுமில்லை ஓணத்திருநாளின்போது அடுத்தவர் வீட்டிற்குப் போவதும் அவமானம்தானே!

"அதெல்லாம் வேண்டாம். நீ எனக்கு 50 ரூபா தா. நான் எங்கியாவது போறேன்."ராதனுக்குக் கோபம் ஏறுவது முகத்தில் அப்பட்டமாய்த் தெரிந்தது.

"அம்பது ரூபாயா? உங்க அப்பன் சம்பாதிச்சுத் தந்திருக்கானா என் கையில?"

‘‘இல்லன்னு சொல்லிட்டுப் போ! ஏண்டா என் அப்பாவை எல்லாம் இழுக்கறே?’’ - எனக்குக் கோபமும் துக்கமும் ஒன்றாய் வந்தது.

‘‘ஏண்டா நானே அலைஞ்சு திரிஞ்சுதான் 200 ரூபா சேர்த்திருக்கேன். ஓணப் பண்டிகைக்கு அம்மாவுக்கும் தங்கைகளுக்கும் புதுத் துணி எடுக்கணும், ஒரு தார் பழமும், தேங்காய் எண்ணெயும் வாங்கணும், அரிசியும் மளிகையும் வேற. இருநூறு ரூபாயை வச்சுகிட்டு என்ன செய்யறது! நானே இன்னும் 100 ரூபாயாவது கெடைக்குமா எங்கயாவதுன்னு அலஞ்சுகிட்டிருக்கேன். அதில நீ வேற 50 ரூபாய் கேக்கறியே!’’

ராதன் அங்கலாய்த்துத் தீர்த்தான். அவன் சொல்வதும் சரிதான். ஆனாலும் எனக்கிப்போது அவனைவிட்டால் வேறு நாதியில்லை.

‘‘ராதா, 200 ரூபாயை வச்சிட்டு ஒண்ணும் செய்ய முடியாதுதான். இருந்தாலும் அதிலிருந்து ஒரு 25 ரூபாயாவது எனக்குத் தாடா! உன் கையில் 175 ரூபாதான் இருக்குன்னு நெனச்சுக்கோயேன்’’

நான் கெஞ்ச வேண்டியதாயிற்று.

ராதன் ஆலோசனையோடு என்னைப் பார்த்தான். போக்கிடமில்லாத என் நிலைமையை அவன் உணர்ந்தது மாதிரி எனக்குத் தோன்றியது. பாக்கெட்டில் கைவிட்டுத் தடவி ஒரு நோட்டெடுத்து எனக்குத் தந்தான்.

‘‘இதான் இருக்கு’’

‘‘அஞ்சு ரூபாயா! இதை அந்தக் கோயில் உண்டியல்ல கொண்டு போய்ப் போடுறா.’’

நான் கோபத்துடன் அந்தப் பணத்தைத் தரையிலெறிந்தேன்.

ராதன் மெதுவாகக் குனிந்து அந்தப் பணத்தை எடுத்து நிமிர்ந்து என்னைப் பார்த்தான். அவன் கண்களும் நிறைந்து வழியத் தொடங்கியிருந்தன.

''உனக்குப் பணத்தோட அருமையும் மதிப்பும் தெரியாதுடா. வேலை பார்த்து ஜீவிக்கும் வாழ்வின் அவலம் உனக்கு நேரவில்லை. பத்து வயது முதல் வேலை பார்த்துதான் நான் வாழறேன். அஞ்சு காசோட மதிப்பென்னன்னு எனக்கு நல்லாத் தெரியும்.''

எனக்குக் குற்ற உணர்ச்சி ஏற்பட்டது. நான் தலை குனிந்தேன். ராதன் நெருப்பு வார்த்தைகளை உமிழ்ந்தான்.

''உனக்கென்ன வருஷம் முழுவதும் சாப்பிட நெல்லும் தென்னையும் இருக்கிறது. அப்பாவுக்கு சர்க்கார் உத்யோகம். தாய்மாமன் நிலச்சுவான்தார். இன்னொரு மாமா வெளிநாட்டிலிருந்து சம்பாதித்து அனுப்புகிறார். இன்னொரு மாமா காலேஜ் ப்ரொஃபஸர். உன்னோட அகங்காரத்தினால் நீ பொறுக்கறே! இதுக்கெல்லாம் சேர்த்து, நீ கடவுள்கிட்ட கணக்கு சொல்லவேண்டி வரும்''

ராதனுக்குக் குரல் நடுங்கியது.

''அஞ்சு ரூபாயானாலும் சரி அதையாவது தா''

நான் அவன் கையில் இருந்து அஞ்சு ரூபாயை வாங்கிக்கொண்டேன். கோப சம்பாஷணை முடியும்போது அது கூட கிடைக்காமல்போகுமே!

ராதன் கட்டிலில் அமர்ந்தான். அவன் பரிதாபத்தோடு, எலும்பால் மட்டுமேயான என் உடம்பைப் பார்த்தான்.

''என் கையில் இல்லாததினால்தானே பாலா! இருந்தா நான் உனக்குத் தரமாட்டேனா?''

அவன் குரல் தழுதழுத்தது. மறுபடியும் அவன் புத்தி சொல்ல ஆரம்பித்தான்.

''பாலா, நீ உன்னோட குருவாய் நெனைக்கறியே அந்த கடம்பனிட்ட, சச்சிதானந்தன், கெ.ஜி.சங்கரன் பிள்ளை அவர்களெல்லாம், ஒழுங்காய்ப் படித்து, பாஸாகி, நல்ல

உத்தியோகத்திற்கும் போய் வாழ்க்கையைப் பத்திரப்படுத்திக் கொண்டுதான் அரசியல் பேசுகிறார்கள். அதைக்கேட்டு உன்னை மாதிரி இருக்கற சில புத்தி கெட்டவர்கள் வெறி நாய்கள்போல ஏண்டா கூடச் சுத்தறீங்க?''

''அவர்களை எதுவும் சொல்ல வேண்டாம். எல்லாம் என் விதி.'' நான் ஜன்னல் அருகில்போய் சூன்யத்தில் பார்த்துக் கொண்டு நின்றேன். ராதன் துக்கத்துடன் தொடர்ந்தான்.

''டேய் அந்த சச்சிதானந்தனும், கடம்பனிட்டயும், சங்கரன் பிள்ளையும் ஓணத்துக்குக் குடும்பத்தோடு அப்பளம், பழம், பாயசத்துடன் சுகமாய் விருந்து உண்பார்கள். அவங்க அப்ப உன்னைப்பத்தி நெனைக்கக்கூட மாட்டாங்கடா. ஆனா ஓணத்திருநாளின்போது சாப்பிட உட்காரும்போது, எனக்கு உன் ஞாபகம் வருண்டா. நீ எங்கயாவது பசியுடன் நடக்க நேரிடும்போது என் தொண்டைக்குழியில் சோறு எறங்காதுடா பாலா''- அவன் தேம்பினான்.

''சே என்னாடா இது?''- நான் அவன் முதுகில் தட்டினேன்.

''நீ வீட்டுக்கு வாடா! அங்கே எனக்கிருக்கறதை உனக்கும் தரேன்'' ராதன் மீண்டும் அழைத்தான். எனக்குக் கோபத்தை அடக்க முடியவில்லை.

''இல்லடா நான் வரலை. ஓணத்துக்கு நான் பட்டினியாவே இருப்பேன். எங்கம்மாவும் அப்பாவும் செத்துப் போயிட்டதினாலே நான் ஓணம் கொண்டாடலன்னு நெனச்சுக்கறேன். சரி, பிறகு பார்க்கலாம்.''

நான் அவசரமாகச் சட்டையை எடுத்துப் போட்டுக்கொண்டு, பையைத் தோளில் மாட்டிக்கொண்டு வெளியேறினேன்.

அந்தக் காலகட்டத்தில் மகாராஜாஸ் கல்லூரியின் சில ஆசிரியர்களையும் மாணவர்களையும் தவிர வேறு யாரும் எனக்குப்

பழக்கப்பட்டிருக்கவில்லை. கல்லூரியையும் விடுதியையும் மூடிவிட்டார்கள்.

இரவில் பஸ் ஸ்டாண்டில் படுத்து உறங்கியும், பகலில் கடற்கரை தெருக்களிலுமாக, லட்சியமில்லாமல் அலைந்து திரிந்து தனிமையில் நாட்களைத் தள்ளினேன். நகரம் ஓணப்பண்டிகையின் கொண்டாட்ட மயக்கத்தில் இருந்தது. ஓணத்தின் முந்தின நாளே கையில் இருந்த காசும் தீர்ந்தது. அன்று பைப்பில் தண்ணீர் பிடித்துக் குடித்து ஒப்பேற்றினேன்.

ஓணமும் பிறந்தது. கடைகள் எல்லாம் மூடிக்கிடக்கின்றன. தெருக்களில் ஜன நடமாட்டம் மிகக் குறைவாக இருந்தது. ஒரு கடையின் திண்ணையில் நான் தளர்ந்து படுத்தேன். மதியமானபோது எழுந்து சும்மாவேனும் அங்கும் இங்கும் நடந்தேன். குளித்து நாள் கணக்காயிருந்தது. சட்டையும் வேட்டியும் கசங்கி நாற்றமெடுக்கின்றன.

பசியோ சகிக்க முடியவில்லை.

தளர்ந்து நடந்த நான் ஒரு கேட்டருகில் போனபோது நின்றேன்.

தும்பைப்பூவும், குருத்தோலையும், இட்லிப் பூவுமாக கேட்டில் துவங்கி உள்ளே வரை அலங்கரித்திருக்கிறார்கள். திருக்காக்கரப்பன் குருத்தோலைத் தோரணங்களால் அலங்கரிக்கப்பட்டிருந்தார். வாசலில் வயதான ஒரு அம்மா. புதுத்துணியணிந்த இரண்டு ஆண்பிள்ளைகள் விளையாடிக் கொண்டிருக்கிறார்கள்.

என்னை அறியாமல் நான் கேட்டைத் திறந்து உள்ளே போனேன்.

''யாரு என்ன வேணும்?''

''பிச்சைக்காரன்''- ஒரு குழந்தை சொன்னது.

''சோறு வேணுமாம்'' - இன்னொரு குழந்தை விளக்கினான்.

''திருஓணத்தன்னைக்கிப் பிச்சைக்காரனா! சிவ சிவ''- அந்த ஆள் மீண்டும் உள்ளே போனார்.

"வா" - அந்த வயதான அம்மா என்னைப் பரிதாபத்தோடு பார்த்து வீட்டின் வடக்கு பக்கம் அழைத்துப் போனாள்.

பல வகைப் பொரியல்களின் மணமும், அப்பளம் பொரித்ததின் மணமுமாகக் காற்றில் பரவி என் வாயில் நீர் ஊறவைத்தது. என்னவெல்லாம் செய்திருப்பார்கள்?

உள்ளே பெண்களின் பேச்சொலியும், குழந்தைகளின் சிரிப்பொலியும் கேட்டன.

"தேவூ..."

அந்த அம்மாள் உள்ளே பார்த்துக் கூப்பிட்டதும், வேலைக்காரி போலிருந்த ஒரு மெலிந்த பெண் வெளியே வந்தாள்.

"ஒரு இலையை இங்கே போடு"

திண்ணையைக் காண்பித்து அந்த அம்மா சொன்னாள். வேலைக்காரி சந்தேகத்தோடு என்னைப் பார்த்தாள்.

"திரு ஓணம்தானே! பசிக்குதாம் இவனுக்கு! ஓணத்தன்னிக்கு யாருக்கும் இந்த நிலைமை வரக்கூடாது கடவுளே!"

அம்மா, மன வேதனையோடு சொன்னாள்.

துணிப்பையைப் பக்கத்தில் ஒதுக்கிவைத்தேன். அம்மா உள்ளே போனாள்.

வேலைக்காரி இலையும் சோறும் ஒரு சொம்பில் தண்ணீரும் கொண்டுவந்து வைத்தாள். நான் கையும் முகமும் கழுவினேன். கொஞ்சம் தண்ணீர் குடித்தேன்.

நல்ல குளிர்ந்த கிணற்றுத் தண்ணீர்! உள்ளுக்குள் குளிர்ந்தது எனக்கு.

வேலைக்காரி சோறும் பொரியல்களும் பரிமாறினாள். அவியலும் பொரியலும் மோரும் எல்லாம் பார்த்த காலம் மறந்தேபோனது. நான் ஆவல் மிகுதியால் வாரிவாரிச் சாப்பிட்டேன். என்ன ஒரு ருசி!

ஒரு கொலுசொலி...

நான் தலையுயர்த்திப் பார்த்தேன். கடும் பச்சை நிறத்தில் பட்டுப் பாவாடையும், வெள்ளை பிளவுஸூம் போட்ட பெண். நெற்றியில் சந்தனத் தீற்றல்.

அந்தப் பெண் என்னைக் கவனமாகப் பார்த்தாள்.

''அய்யோ! இது பாலச்சந்திரன் சுள்ளிக்காடுதானே! 'கவிஞன்' அவள் அதிர்வுடையவளாய் உள்ளே ஓடினாள்.

''அம்மா இது பிச்சைக்காரனில்லை, பாலச்சந்திரன் சுள்ளிக்காடு என்ற கவிஞன். கடம்பனிட்டயோடு, எங்கள் காலேஜிக்குக் கவிதை வாசிக்க வந்தார் என்று நான் சொன்னேனே! அவர்தான் இது.''

உள்ளேயிருந்து அந்தப் பெண்ணின் உரத்த சப்தம் கேட்டது.

கடவுளே! பாதிகூட சாப்பிடலயே, எழுந்து ஓடிவிடலாமா? - வேண்டாம், ஒரு இலை முழுக்க இருக்கும் சோற்றைத் தூக்கியெறியவா?

மதிப்பையும் மரியாதையையும்விடப் பெரியது பசியும் சோறும்தான். நான் சலனமின்றி சாப்பிட ஆரம்பித்தேன்.

உள்ளேயிருந்து பெண்களும், குழந்தைகளும் வந்து ஓர் அற்புத ஜீவியைப் பார்ப்பதுபோல என்னைப் பார்த்தார்கள்.

''இவள் சொல்றது சரிதானா?''- ஜரிகை வேஷ்டி உடுத்தின ஒரு பெண் கேட்டாள். பொய் சொல்லிவிடலாமா? எதற்காக? எந்த மரியாதையைக் காக்க? பசி என்பதான உணர்வுதான் நிச்சயமான உண்மை, மீதியெல்லாம் வெறும் பேச்சுதான்.

உணர்வேயில்லாத ஒரு சிரிப்புடன் நான் தலையாட்டினேன்.

''ஐயோ! உங்கள தெரியல, உள்ளே உட்கார்ந்திருக்கலாமே!''

அந்தப் பெண் வருத்தத்தோடு சொன்னாள்.

"பரவாயில்லை, நான் ரொம்ப தூரத்தில் இருந்து வருகிறேன். ஓணத்திருநாளானதால் ஹோட்டல்கள் எதுவும் திறக்கவில்லை. பசி அதிகமாக இருந்தது. அதனால்தான்...."

நான் ஒருவிதமாகச் சொல்லிச் சமாளித்தேன். யாரையும் பார்க்காமல் தலையைக் குனிந்து முழுவதும் சாப்பிட்டு முடித்தேன். கையும் வாயும் கழுவிச் சொம்பில் இருந்த மீதி நீரில், உட்கார்ந்து சாப்பிட்ட இடத்தையும் சுத்தம் செய்தேன். துணிப்பையை எடுத்து வாயை அழுத்தித் துடைத்துக்கொண்டேன்.

"பாயசம்"

முதலில் வந்த பெண் என் முன்னால் டம்ளரை நீட்டினாள்.

"வேண்டாம், இனிப்பு சாப்பிட்டால் தூக்கம் வரும். நான் ரொம்ப தூரம் போகவேண்டியிருக்கு."

நான் பவ்யத்தோடு மறுத்தேன். வீட்டில் இருப்பவர்கள் அமைதியாய் என்னைப் பார்த்து நின்றார்கள்.

நான் எல்லாரையும் தலை குனிந்து வணங்கினேன். திரும்பி தெருவினூடாக நடந்தேன்.

நாடகந்தானா அது

1981ஆம் வருடம் அது.

என்னைத் தவிர மற்ற எல்லோரையும் சந்தோஷமாய் வைத்திருந்த ஒரு மாலையில், எர்ணாகுளம் மகாராஜாஸ் கல்லூரிக்குச் சொந்தமான விடுதியின் வாசலில், தோளில் பையை மட்டும் சுமந்து நிற்பவனாய் நான் வெளியேற்றப்பட்டேன்.

எங்கே போவேன்?

'ஆறு மாதத்திற்கும் மேலாக ஃபீஸ் கட்டாதவர்கள் வெளியே போக வேண்டும்' என்பது உத்தரவு. வார்டன் கோபிநாதன் சார் கருணை இல்லாமல் கொடுத்த உத்தரவுதான் என் வெளியேற்றத்திற்குக் காரணம்.

கொஞ்சம் துரத்தில் நான் பிறந்த கிராமமுண்டு. அங்கு நிறைய அறைகளைக் கொண்ட வீடும் இருக்கிறது. அறைகளில் நெல் மூட்டைகளும், உத்திரத்தில் இடிக்குமாறு அடுக்கிவைத்த தேங்காய்களும் இருக்கின்றன. அப்பாவும் அம்மாவும் எல்லாச் சொந்த பந்தங்களும் எனக்கு இருக்கிறார்கள். ஆனால்...

ஒருமுறை வேண்டாம் என்று வந்துவிட்ட அந்த வீட்டின் கதவுகள் என்றென்றைக்குமாய் அடைத்துவிட்டதாய்த்தான் நான் நினைக்கிறேன். திரும்பவும் அங்கு போக முடியாது.

அப்போதே எனக்குத் திருமணமும் ஆகியிருந்தது. உடன் படித்தவள்தான் மனைவி. அவளும் பக்கத்தில் இருக்கும் விமன்ஸ் ஹாஸ்டலில்தான் இருக்கிறாள். என்னைக் கல்யாணம் செய்துகொண்டதால் அவளை வீட்டிலிருந்து வெளியேற்றி விட்டார்கள். அவளும் என்றென்றைக்குமாக வீட்டைப் புறக்கணித்துவிட்டுத்தான் வந்திருந்தாள்.

இந்த மாலையில் மகாராஜாஸ் கல்லூரியின் விடுதி வாயிலில் தோளில் பை சுமந்து நிற்கும் நான் எங்கே போவேன்? அந்தக் கேள்விக்குக் கடவுளிடம்கூடப் பதிலில்லை.

தனிமையில் மனவேதனையில் நான் குமைந்து கொண்டிருந்தேன். சட்டென ஒரு கார் எனக்கு முன்பாக வந்து நின்றது. காரிலிருந்து தலையை மட்டும் வெளியே நீட்டி ஓர் ஆள் கேட்டான்.

"என்னடா தனியா நிக்கறே?"

அஸ்ரஃப் என்ற நண்பனாயிருந்தான் அவன். என்னால் எதையும் சொல்ல முடியவில்லை. பேசினால் நான் உடைந்து அழுதுவிடுவேன்.

"வரியா, ஒரு ஸ்மால் அடிக்கலாம்"-அஸ்ரஃப் கூப்பிட்டான்.

பக்கத்தில் "டெர்மினல்ஸ்" என்ற மதுபானக் கடையிருந்தது. எனக்கு அஸ்ரஃபைக் கொல்ல வேண்டும்போலக் கோபம் பொங்கியது. ரோம் பற்றியெரியும் போது...

நான் ஒன்றும் பேசாமல் அஸ்ரஃபை முறைத்தேன்.
"ஓ! கஞ்சா அடிச்சிருப்பான்"
முனகியபடி அஸ்ரஃப் கதவை அடைத்தான். கார் மறைந்தது.

எனக்கு முன்பாக மறுபடியும் கார்கள், பஸ்கள், மனிதர்கள்... கரை தெரியாமல் நான் தவித்துத் தனித்திருந்தேன்.

அந்தக் கறுப்பு நிறக் கார் எனக்கு முன்பாக மீண்டும் வந்து நின்றது. காரிலிருந்து ஆஜானுபாகுவாய்க் கறுத்த ஒரு மனிதர் புன்சிரிப்போடு இறங்கினார்.

"அஸ்ரஃப் சொன்னபோதுதான் எனக்கு உங்களைத் தெரிந்தது. உங்கள் கவிதைகளை நான் படித்திருக்கிறேன். தம்பியை அறிமுகப் படுத்திக்கணும் என்று ரொம்ப நாட்களாகவே எனக்கு ஆசை."

அந்த மனிதர் என் கைகளை நேயத்தோடு இறுகப் பிடித்தார். கூலி வேலை செய்தவர்களின் கைகள் மாதிரித் தழும்பு பதிந்த கைகள். எனக்குக் கொஞ்சம் வலித்ததோ?

"நான் ஜோசப் புதுச்சேரி. மகாராஜாஸ் கல்லூரியின் பழைய மாணவன். இப்ப அரசியலில் இருக்கிறேன்."

நான் கேள்விப்பட்டிருக்கிறேன், மூன்று வருடமும் கல்லூரியில் சிறந்த நடிகரென்றும், தற்போது கேரள காங்கிரஸின் முக்கிய புள்ளியென்றும்.

"தம்பி ஏன் கவலையா இருக்கீங்க? ஆட்சேபணை இல்லன்னா நாம..."

சட்டென நான் உடைந்து அழுதேன்.

"எனக்கு யாருமே இல்லை."

அவருக்கு எப்படியோ ஆகிவிட்டது. அதிர்ந்துவிட்டார். ஆனால் ஒரு நிமிடத்திற்குள்ளாகவே சகஜநிலையை மீட்டெடுத்துத் தன் காப்பு காய்ந்த உறுதியான கைகளை என் நலிந்த தோளின் மீது பிடித்து அழுத்தினார். கலங்கும் கண்களுடன் உறுதியான குரலில் சொன்னார்.

"அப்படி நீ சொன்னது தப்பு தம்பி. உனக்கு ரெண்டு பேரு இருக்காங்க. ஒண்ணு இந்த ஜோசஃப் அண்ணன். இன்னொண்ணு..."

அவர் மேலே கைகளை நீட்டினார்.

"தெய்வம்"

அதிரும் அந்தக் குரல் கேட்டு நான் நிஜமாய் நடுங்கிப் போனேன். பல வருடங்களுக்கு முன் மகாராஜாஸ் கல்லூரியின்

ஆடிட்டோரியத்தை நடுக்கிய ஏதோ கதாபாத்திரத்தின் குரல் என்னை ''வா வண்டியில் ஏறு'' என்றது. அது ஓர் ஆணையாயிருந்தது. நான் கீழ்ப்படிதலோடு காரில் ஏறினேன்.

கூட்டமில்லாத ஒரு லாட்ஜூக்குத்தான் நாங்கள் போனோம். ஒவ்வொரு சலனத்திலும், வாழ்வின் புரிதலும், அதனால் ஏற்பட்ட தெளிவும், மின்னும் கண்களில் தெறிக்கும் சிரிப்பும், பேச்சில் உள்ள அறிவுக்கூர்மையும் அந்த லாட்ஜின் மௌனத்தில் போய் மோதி வெளிப்பட்டது.

ஒரு பையன் சந்தோஷத்தோடு மதுபானங்களையும் உணவு வகைகளையும் கொண்டுவந்து வைத்தான். ஜோசஃப் அண்ணனை ஆராதனையுடனும் மரியாதையுடனும் பார்த்துவிட்டு அவன் போனான்.

குடித்துக்கொண்டிருந்தபோது ஜோசஃப் அண்ணன் தன் சொந்தக் கதையைச் சொன்னார். 'இடப்பள்ளி' என்ற ஊரில், சமூகத்தில் மிகவும் ஒதுக்கப்பட்ட குடும்பத்தில் பிறந்து, கூலி வேலை செய்து, படித்து, வக்கீலாய், நடிகனாய், அரசியல்வாதியாய்ப் பரிணமிக்கும் ஓர் அற்புத மனிதனாய் என் முன்னால் இருக்கும் ஜோசஃப் அண்ணன் தன் கதையைச் சொன்னார்.

தரித்திரத்தோடும், அவமானத்தோடும், ஏச்சுப் பேச்சுகளோடும், யாசிப்புகளோடும் மல்லுக்கட்டி, தன்னுடைய கடமையின் பாரத்தையும் ஏற்று, கடும்புயலில் சிக்கி, பாய்மரக்கப்பலைக் காப்பாற்றத் தவிக்கும் ஏழைப் படகோட்டியின் கதை.

தற்கொலைக்குப் போகத் துணிந்தவனையும்கூட ஆயிரம் ஜென்மங்கள் வாழவைக்கத் தூண்டும் வீர புருஷனின் கதை.

இந்தக் கதையைக் கேட்டு லயித்துப்போய் நான் உறங்கிவிட்டேன். மறுநாள் காலையில் பதினொன்று மணியானபோது மறுபடியும் ஜோசஃப் அண்ணன் வந்து என்னை எழுப்பினார்.

அவருடைய கையில் ஒரு வருடத்திற்கு மொத்தமாய் ஹாஸ்டல் ஃபீஸ் கட்டின ரசீது இருந்தது.

அதற்குப் பிறகான பதினாறு வருடங்கள் என் சந்தோஷத்துடனும் துக்கத்துடனும் தன் வாழ்வை இணைத்து எனக்குப் பெரிய நிழலாய், என்னை ஆறுதலாய் வைத்துக்கொண்டார் அவர்.

கொஞ்ச நாட்களுக்கு முன்பு வேதனையின் அடர்ந்த இருளின் இரவில், வாழ்வின் எல்லையில்லாத பெரு வழியில், அந்த மாமனிதனின் தலையும் வீழ்ந்து சிதறியது.

மெடிக்கல் டிரஸ்ட்டின் இன்டென்சிவ் கேர் யூனிட்டில் நாலைந்து நாட்கள் சுயநினைவில்லாமல் அவர் படுத்திருக்கிறார். சூர்யோதத்திற்கு முன்பு கணக்கிலடங்காத ஸ்னேகிதர்களை எல்லாம் கண்ணீரில் ஆழ்த்திவிட்டு அவரின் இறுதி சுவாசம் விடைபெற்றுக்கொண்டது.

பானர்ஜி ரோட்டில் மரண ஊர்வலம் போய்க்கொண்டிருந்தது. வேதனையின் உச்சஸ்தாயியில் யாரோ பேசுவது என்னை உலுக்கியது.

''எர்ணாகுளத்தின் செல்லப்பிள்ளையான அட்வகேட் ஜோசஃப் புதுசேரி இதோ அவனுடைய திரும்ப முடியாத வீட்டுக்கு இறுதியாகப் போகிறான்.''

குரல் உடைந்து வெளிப்பட்ட அந்த வார்த்தைகளையும், தெருவில் போகும் ஊர்வலத்தையும் பார்த்தபோது நான் நொறுங்கி அழுதுவிட்டேன். வயதான ஒருவர் மற்றொருவரிடம் சொல்வதையும் அப்போது கேட்டேன்.

''நல்ல மனிதர்கள் சீக்கிரமாக இந்த வாழ்வைக் கடந்து போகிறார்கள்.''

''நம்மளை மாதிரி ஆட்கள் அந்த எமனுக்குக்கூட வேண்டாம்.''

1981ஆம் வருடத்தின் அந்த மருண்ட மாலையும் மகாராஜாஸ் கல்லூரி விடுதி வாசலில் தனியனாய் நின்ற அந்த மாணவனும் கறுப்புக் காரும், ஆஜானுபாகுவான அந்த மனிதனும்...

எந்த நாடகத்தின் உணர்வுபூர்வமான காட்சி அது?

எந்தக் கதாபாத்திரத்தின் குரல் இப்போதும் என்னுள்ளில் நம்பிக்கையையும் தைரியத்தையும் விதைக்கிறது?

"தம்பி உனக்கு ரெண்டு பேரு இருக்காங்க. ஒண்ணு ஜோசஃப் அண்ணன். இன்னொன்னு தெய்வம்."

கர்ப்பவதம்

1981 எர்ணாகுளம் மகாராஜாஸ் கல்லூரியில் நான் பி.ஏ., இரண்டாம் வருடமும், என் மனைவி விஜயலக்ஷ்மி எம்.ஏ., முதல் வருடமும் படித்துக்கொண்டிருந்தோம். எனக்கு அப்போது இருபத்தி மூன்று வயதிருக்கும். அவளுக்கு இருபது முடிந்திருந்தது. வீடோ, பெற்றோர்களின் நிழலோ இல்லாமல் நாங்கள் ஹாஸ்டலில் தங்கியிருந்தோம். எழுத்தில் வரும் சொற்ப வருமானமும் சில நல்ல நண்பர்களின் உதவியும்தான் எங்கள் வாழ்வின் ஜீவ ஆதாரங்கள்.

ஒரு நாள் காலையில் இங்கிலீஷ் டிபார்ட்மெண்ட்டின் வராந்தாவில், ஓரமாய் நின்றிருந்த என்னிடம் விஜயலக்ஷ்மி பதற்றத்தோடு சொன்னாள்.

''நான் இப்போது கர்ப்பமாயிருக்கிறேன்.''

நான் நடுங்கிப்போனேன். விடுமுறை நாட்களில் ஒரு ஸ்நேகிதனின் வீட்டிற்கு நானும் விஜயலக்ஷ்மியும் ஒன்றாய்ப் போயிருந்தோம். அதன் பலன்தான் இது.

தலை சாய்க்க ஒரு வீடோ, வருமானத்திற்கான தொழிலோ, சொந்தங்களின் உதவியோ, எதுவுமில்லாத ஏழைகளான நாங்கள் ஓர் இளம் தளிரின் வரவை எப்படிப் பூத்தூவி வரவேற்க முடியும்? படிப்பும்

முடியவில்லை. என்ன செய்வது? இயலாமையால் நான் மூச்சடைத்துப் போனேன்.

எல்லாக் கடவுள்களையும் சபித்தேன். இயலாமையின் உச்சத்தில் அவளைப் பார்க்க நேர்ந்த அந்தக் கோர நிமிடத்தைச் சபித்தேன்.

என் முன்னால் கண்ணீருடனும், துக்கம் வெடித்துச் சிதற அழுது கொண்டும் நிற்கிறாள், என்னிடமிருந்து கர்ப்பம் சுவீகரித்த பெண். நான் அதற்குப் பொறுப்பெடுத்தே ஆக வேண்டும். எப்படியாவது இதற்கு ஒரு தீர்வினைக் கண்டுபிடித்தாக வேண்டும். ஆனால் எப்படி?

எனக்கு ஒரு யோசனையும் கிடைக்கவில்லை.

ஆனாலும், இந்த நேரத்தில் என்னுடைய இயலாமை அவளுக்குத் தெரியும்படி நான் நடந்துகொள்ளக் கூடாது. புத்தி பேதலித்து ஏதாவது தவறான முடிவெடுத்துவிட்டால்... கூடாது. என் மன ஊசலாட்டத்தைக் கட்டுப்படுத்திக்கொண்டு, முடிந்தவரை குரலில் தைரியத்தை வரவழைத்துக்கொண்டு நான் சொன்னேன்.

"நீ தைரியமா போ விஜி. உனக்கு நானில்லையா? இந்தக் கல்லூரியின் ஏதாவது ஒரு கிளாஸ் ரூமில் உன் பிரசவம் நடக்கும். நமக்கு வேறு ஏது வீடு? நம்ம சகோதர சகோதரிகளாய் இந்தக் கல்லூரியில் பல ஆயிரம் மாணவர்கள் இருக்காங்க. உதவி செய்ய சில ஆசிரியர்கள் இருக்காங்க. பக்கத்திலேயே தர்ம ஆஸ்பத்திரி இருக்கு. பயப்படாதே. நாயும் பூனையும்கூடக் கர்ப்பம்தரித்துக் குட்டி போடுகிறது. நமக்கென்னம்மா, கவலையை விடு."

என் குரலை அவள் நம்பினாள். விஜயலக்ஷ்மியின் கேவல் அடங்கியது. முகத்தை அழுத்தித் துடைத்தாள். அவளின் முகத்தில் கர்ப்ப சௌந்தர்யம் மின்னியது.

"எனக்கு நீங்க எப்போதும் கூட இருந்தாபோதும். நான் எதையும் சகித்துக்கொள்வேன்."

விஜயலக்ஷ்மி தெளிவாய்ப் பேசி, நம்பிக்கையோடு வகுப்பறைக்குப் போனாள்.

அவள் மறைந்தபோது எனக்குள் நெருப்பு நாளமிட்டது. என்ன செய்யப் போகிறேன்? யாரிடம் சொல்லப் போகிறேன்?

''அபார்ஷன்'' செய்ய வேண்டும். வேறு வழியில்லை.

கல்லூரிக்குப் பக்கத்திலுள்ள லக்ஷ்மி ஆஸ்பிடலுக்கு நான் ஓடியபடியே நடந்தேன். அங்கேயிருந்த டாக்டர் சாந்தா வாரியரிடம் விஷயத்தைச் சொன்னேன்.

''முதல் கர்ப்பம்தானே இது! மகா பாவம். பின்னால் கர்ப்பம் தரிக்காமலே கூடப் போகலாம். நான் இதைச் செய்ய மாட்டேன்''

பழி பாவத்திற்குப் பயந்த டாக்டர் சாந்தா வாரியர், என்னை இந்த இக்கட்டிலிருந்து காப்பாற்ற முடியாதெனச் சொல்லிவிட்டார். நான் உடைந்து அழுதபடி என்னுடைய நிலமையை விவரித்தேன். கடைசியாக நான் சொன்னேன்.

''டாக்டர் சம்மதிக்கலன்னா எங்க ரெண்டு பேரோட பிணம் இந்தக் கடற்கரையில் ஒதுங்கும். எங்களுக்கு வேற வழியில்லை.''

இதைச் சொன்னதும் டாக்டர் நடுங்கிப்போனது தெரிந்தது.

''வீட்டில் இருக்கறவங்களை எல்லாம் பகைச்சிட்டுக் கல்யாணம் பண்ணிகிட்டா இப்படித்தான். சரி, சரி. எதுக்கும் உங்க மனைவியைக் கூட்டிட்டு வாங்க. நான் பாக்கறேன்.''

எரிச்சலோடு டாக்டர் சாந்தா வாரியர் சொன்னாள்.

அன்று மாலை. மலையாளம் டிபார்ட்மெண்ட்டுக்குப் பின்னால் யாருமில்லாத தனிமையில் இந்தப் பிரச்சனைக்கு நான் கண்ட தீர்வை விஜயலக்ஷ்மியிடம் விளக்கினேன். அவள் முதலில் நடுங்கிப்போனாள். பிறகு உடைந்து அழுதாள்.

"நான் சம்மதிக்க மாட்டேன்... சம்மதிக்கவே மாட்டேன்."

அவள் பைத்தியம்போலப் புலம்பினாள்.

"குழந்தை பிறந்தால் அது நரக வேதனைப்படும். நான் எல்லாவற்றையும் யோசித்துத்தான் சொல்கிறேன். நம் குழந்தையின் மீது உனக்குக் கொஞ்சமாவது பிரியம் இருந்தால், நீ சம்மதித்தே ஆக வேண்டும். நாம் வாழ வேண்டுமானால் நீ இதைச் செய்."

"இல்லை. நான் இதுக்குச் சம்மதிக்க மாட்டேன்."

அவள் எதற்கும் பிடி கொடுக்க மறுக்கிறாள். எதிர்பார்க்காத நேரத்தில் சட்டென நான் அவள் கழுத்தைப் பிடித்து நெரித்தேன்.

"அப்படீன்னா இப்போ இங்கேயே நான் உன்னைக் கொன்னுடுவேன். அதோட எல்லா பிரச்சனையும் தீர்ந்திடும்."

பற்களை நெரித்தபடி நான் சொன்னேன். என் கைகளில் விஜயலக்ஷ்மியின் கழுத்து நெரிந்துகொண்டிருந்தது. அவள் கண்களை உருட்டி உருட்டிப் பார்த்தாள். என் கைகளை விடுவிக்க முயன்றபடி தள்ளாடினாள். நான் கைகளை எடுத்தேன். இரண்டுமுறை இருமியவள் வாந்தியும் எடுத்தாள். அந்தக் குரூரமான நிமிடங்கள் எப்படி முடிந்தன? ம்... எப்படியோ!

மூன்றாம் நாள் காலையில், மாணவர்களிடமும் அன்பாய் நடந்துகொள்ளும் சில ஆசிரியர்களிடமும் கடன் வாங்கிக்கொண்டு, நானும் விஜயலக்ஷ்மியும் லக்ஷ்மி ஆஸ்பிடலுக்குப் போனோம்.

கருச்சிதைவு செய்யச் சம்மதிக்கும் தகப்பனிடம் கையொப்பம் வாங்க, என்னிடம் படிவம் நீட்டப்பட்டது. விஜயலக்ஷ்மி விம்மி உடைந்தழுதாள். அவளுடைய கர்ப்பத்தின் இருண்ட அறைகளிலிருந்து என் முதல் குழந்தையின் அலறலை நான் கேட்டேன்.

"அப்பா, என் அன்பான அப்பா, என்னைக் கொல்ல வேண்டாம்"

சப்தஸ்வரத்தில் எழுந்தருளி, தன் ஒளிக்கதிர்களால் இந்த பூமியை மிளிரவைத்து, உலகப் பாவங்களையெல்லாம் களைந்து, ஏழு குதிரைகள் பூட்டிய தேரில் பவனிவரும், சர்வ வல்லமை படைத்த சூர்யதேவனின் பொன்னொளியை நான் ஒருமுறையாவது பார்க்கிறேனே அப்பா.''

''சமுத்திரத்தையும், பூலோக ரத்னத்தையும் கர்ப்பம் சுமக்கும் பூமி தேவியையும் நான், ஒருமுறையாவது ஸ்பரிசிக்கிறேனே அப்பா.''

ஈரேழு பதினாலு உலகங்களிலும் கிட்டாத உன்னத சுவையான என் தாயின் முலைப் பாலை ஒரு துளி, ஒரே ஒரு துளியையாவது நான் சுவைக்கிறேனே அப்பா''

அப்பா! என் அன்பான அப்பா! என்னைக் கொல்ல வேண்டாம் அப்பா.''

இல்லை... இல்லை.. எனக்கு ஒன்றும் கேட்கவில்லை. நிறைந்து வழியும் கண்களுடனும், நடுங்கும் கைகளோடும் என் முதல் குழந்தையைக் கர்ப்பத்திலேயே அழித்துக் கொல்ல, நான் தீர்மானமாய்க் கையெழுத்திட்டேன்.

நர்ஸ், விஜயலக்ஷ்மியைப் பக்கத்து அறைக்குக் கூட்டிக்கொண்டு போனாள்.

துர்பாக்கியனான மகனே! துர்பாக்கியவதியான தாயே! மகாபாதகனான இந்தத் தந்தையை மன்னித்துவிடுங்கள்.

நான் ஆஸ்பத்திரியின் வராந்தா பெஞ்சில் முற்றும் தளர்ந்தவனாய் அமர்ந்தேன்.

எனக்குள்ளே, கண்ணீரின் கருங்கடலைக் கடைந்தெழுந்து சர்ப்பக் கூந்தலும், சிவந்த கண்களுடனான காவிய தேவதை உக்கிர விஷமேந்திய குடத்துடன் உயரே உயரே வந்தாள். நான் அந்த விஷமேந்திய கோப்பையை வாங்கி அப்படியே குடித்தேன். தொண்டை கொதித்து நுரைத்தபோது பாடினேன்.

உலகின் முடிவுவரை பிறக்காமல் போக இருக்கும் என் மகனே,

நரகங்கள் வாய் பிளந்தழைக்கும்போது தவிப்போடு கூப்பிட யார் இருக்கிறார்கள்

உன்னைத் தவிர - ஆனாலும் மன்னித்துவிடு என் மகனே.

(பிறக்காதுபோன என் மகனுக்காக).

ரத்தத்தின் விலை

அந்தக் காலத்தில் திருவனந்தபுரம் தம்பானூரில், ஸ்ரீகுமார் தியேட்டருக்குப் பக்கத்தில் ஒரு பிராமணாள் ஹோட்டல் இருந்தது.

மூன்று நாட்களாக முழுப்பட்டினி கிடந்து சோர்ந்துபோனவனாக, அந்த ஹோட்டலுக்கு நான் போனேன். காலை பத்து மணி இருக்கும். கூட்டம் அதிகம் இல்லை.

"ஒரு மசால் தோசை"
சோர்ந்துபோன குரலில் கேட்டேன்.

தோசை வந்ததுதான் தெரியும். சாப்பிட்டுக் கொஞ்சம் பசி அடங்கியபோது கையும் காலும் தளர்ந்திருந்தது. மனதுக்குள் துக்கம் ஒன்று பொங்கிவந்தது. குளிர்ந்த நீரால் மீண்டும் மீண்டும் முகம் கழுவியபோதும் ஏதோ அடங்காததுபோல, சட்டென உள்ளே இருந்து ஒரு நடுக்கம். கையில் ஒரு நயா பைசாகூட இல்லை.

கௌண்டரில் பணம் எண்ணிக்கொண்டிருந்த குண்டான பிராமணன் முன்னால் சென்று, கைகூப்பி நின்றேன்.

"சாமி, மன்னிக்கணும் எங்கிட்ட காசில்லை"

ஐயர் பணம் எண்ணுவதை நிறுத்திவிட்டு என்னைத் தலைகீழாய்ப் பார்த்தார். செருப்பில்லாத அழுக்குப் பிடித்த கால்கள், அழுக்கேறிய சட்டையும் வேஷ்டியும், எலும்பும் தோலுமான உடம்பு, பட்டினியால் வாடிப்போன முகம், வளர்ந்து காடாகக் கிடக்கும் தலைமுடி. என்னுடைய மோசமான நிலைமை ஐயருக்குப் புரிந்ததுபோல இருந்தது.

"பேரென்னா?"

"பாலன்"

"ஊரு?"

"பரவூரு. வடக்கே"

"நீ அநாதையா?" " பரிதாபத்தோடு கேட்டார் ஐயர்.

"ஆமா" - நான் வேதனைப்பட்டதுபோலத் தலையாட்டினேன்.

"பளார்" - எதிர்பார்க்காத நேரத்தில் ஐயர் என் கன்னத்தில் ஓங்கி ஓர் அறைவிட்டார். கண்களில் பூச்சி பறந்தது.

"திருட்டுப்பயலே என்ன நெனச்சுக்கிட்டிருக்கே..."

ஐயர், காலபைரவன்போல என் முன்னே நின்றார். எனக்குக் கிடுகிடுவென நடுக்கமெடுத்தது. கைகூப்பியவாறு, என் உள்ளாடைகள் நனைய நான் நின்றேன்.

"முருகா..." உள்ளே பார்த்து ஐயர் அலறினார்.

ஹோட்டலில் எல்லோரும் எங்களைத் திரும்பிப் பார்த்தனர். ஒரு கறுப்பான தமிழ் ஆள் வெளியே வந்தார்.

"வாடா இங்க."

வெளியே வந்தவன் என் கையை அழுத்திப் பிடித்துக்கொண்டு ஐயரைப் பார்த்துத் தலையாட்டினான். நான் குனிந்த தலையோடு அந்த ஆளுடன் உள்ளே போனேன்.

புகை நிறைந்த சமையலறையின் கரிபிடித்த மூலையில் அழுக்குத் தரையில் என்னை உட்காரச் சொன்னான்.

பிறகு உள்ளே போய் அரை மூட்டை வெங்காயம் எடுத்துக் கொண்டுவந்து என் முன்னால் கொட்டி, கத்தியையும் தூக்கிப்போட்டான்.

''உரிடா தாயோளி''

என் தலையில் ஓங்கி ஒரு தட்டுத் தட்டி அவன் உரத்த குரலில் சொல்லிவிட்டுப் போனான்.

''நான் பிறந்த தினமும், ஓர் ஆண் உருவாகிவிட்டான் என்று சொன்ன இரவும் நாசமாகட்டும். அந்த நாள் இருண்டு போகட்டும்.''

பைபிளில் யாக்கோபின் வார்த்தைகள் என்னுடையதாகின. என்னிடமிருந்து முனகல்கள் வந்தன.

எல்லா வெங்காயத்தையும் உரித்து அறுத்து முடித்தபோது நான் மிகவும் அவஸ்தைக்குள்ளாகியிருந்தேன். புகையும் வெங்காய நீரும் சேர்ந்ததால் கண்கள் கலங்கிக் கலங்கி, வீங்கிப் போயிருந்தன.

ஹோட்டலைவிட்டு வெளியே வந்தபோது ஐயர் உபதேசித்தார். ''''காசில்லன்னா மெடிக்கல் காலேஜூக்குப் போ. ரத்தம் வித்தா காசு கொடுப்பான்.''

நேராக அங்குதான் போனேன். ரத்த வங்கிக்கு முன்னால் பெஞ்சில் காத்திருந்தபோது, ஒரு பாட்டில் ரத்தத்துக்குப் பதினாறு ரூபாய் கிடைக்கும் என்று அட்டெண்டர் சொன்னார். திருவனந்தபுரத்தில் இருந்து ஆலுவா போக ட்ரெயினில் 12 ரூபாய். எப்படியும் வீட்டிற்குப் போய்விடலாம்.

''வீட்டிற்கா?'' மனம் ஒருமுறை அதிர்ந்தது. தொடப்பத்தால் சித்தி மாறி மாறி அடித்த இடம் இன்னும் எரிந்தது.

"வெளியே போடா இந்த வீட்டிலிருந்து. குடும்பத்தின் பேரைக் கெடுக்க வந்த நாசக்காரப் பாவி! கண்ட கண்ட நக்ஸலைட்டுகளும், அடிவருடிகளும் ஏச்சுப் பொழைக்கறதுக்கில்ல சுள்ளிக்காடு குடும்பம்"

ஹையர் செகண்டரி முடிப்பதற்கு முன்பே, எல்லாவற்றையும் உதறிவிட்டுக் கவிதைப் பைத்தியமும் கலகமுமாக வாழ்க்கையைப் போராட்டமாக மாற்றியிருந்தேன் நான். என்னைப் பார்க்க வீட்டிற்கு வந்து, சில சமயங்களில் தங்கிச் செல்லும் நண்பர்கள் நக்ஸலைட்டுகள் என்றும், நானும் நக்ஸலைட் அனுதாபிதான் என்றும் வீட்டிலும் ஊரிலும் துப்புக் கொடுத்தவன் ரகசிய போலீஸ் பிரிவில் உள்ள பக்கத்து வீட்டுக்காரனான தங்கப்பன் குருப்புதான். அதனால் யாரும் என்னை நெருங்கப் பயந்தார்கள். பெற்ற தாயும்கூட என்னை நம்பத் தயாராக இல்லை. என்னைப் பற்றி உள்ள கட்டுக்கதைகளும் அனுமானங்களும் வீட்டிலும் வெளியிலும் அதிகமாகிவிட்டன. அதனால் அங்கே வாழவே முடியாது என்ற நிலை வந்தபோதுதான் நான் ஊரைவிட்டு ஓடிவந்தேன்.

"ரத்தம் எங்க வாங்கறாங்க தெரியுமா?" ஒரு கேள்வி என்னை எனக்கு உணர்த்தியது. கட்டம் போட்ட லுங்கியும் காக்கி ஷர்ட்டும் அணிந்த அந்த இளைஞன் கறுத்து மெலிந்திருந்தான். வெயிலில் மேலும் கறுத்துச் சுருண்டுபோன முகம்.

"அதோ அங்க" - நான் சொன்னேன்.

சிறிது நேரத்திற்குப் பின் அந்த வாலிபன் என் பக்கத்தில் வந்து உட்கார்ந்து ஒரு பீடித் துண்டைப் பற்றவைத்தான். அவன் ஏதோ ஒரு தவிப்புடன் எதனோடும் ஒட்டாமல் உட்கார்ந்திருந்தான். ஏதோ ஆழ்ந்த மன வேதனைக்குட்பட்டவன்போல.

"ரத்தம் விக்க வந்தீங்களா?"

அவன் என்னிடம் கேட்டான். நான் தலையை மட்டும் ஆட்டினேன்.

"என் தங்கை இங்கே ஜெனரல் வார்டில் அட்மிட் ஆகியிருக்கா. வெளியிலிருந்து மருந்து வாங்கச் சொல்லிட்டாங்க. காசுக்கு என்ன பண்றதுன்னே தெரியல. அதான் இப்படி"

அவன் பொதுவாகச் சொன்னான். பக்கத்திலிருந்த யாரும் அதைக் கேட்டதுபோலக்கூடக் காட்டிக்கொள்ளவில்லை.

எனக்கு என் ஒரே சகோதரி நினைவுக்கு வந்தாள். சின்னப் பெண் அவள். வீட்டை விட்டு வரும்போது அவளிடம் சொல்லிக் கொள்ளவோ, பிஞ்சுக் கன்னத்தில் முத்தமிடவோகூட முடியவில்லை. என் கூடப் பிறந்தவள். மனசு ஒருமுறை துடித்து, தளும்பியது. இனி அவளை என்று பார்ப்பேன்? பார்ப்பேனா?

"உனக்கென்ன பிரச்னை?"

அந்த வாலிபன் மீண்டும் என்னைக் கேட்டான்.

இப்படிப்பட்ட பேச்சில்தான் எங்கள் அறிமுகம் வளர்ந்தது. கிருஷ்ணன்குட்டியின் வீடு அடூரில். கூலித் தொழில். அம்மாவும் தங்கையும் மட்டும்தான் குடும்பம். அப்பா மரம் வெட்டும் வேலை பார்த்து வந்தார். தென்னைமரம் தலையில் விழுந்து அடிபட்டு இறந்து போயிருந்தார். சகோதரிக்கு இப்போது மிக மோசமான ஏதோ ஒரு வியாதி. ஊரிலேயே எவ்வளவோ பார்த்தாகிவிட்டது. கடைசியில் திருவனந்தபுரத்துக்குக் கொண்டு வந்திருக்கிறார்கள். ஜெனரல் வார்டில் சேர்த்திருக்கிறார்கள். அம்மாதான் பக்கத்தில் இருக்கிறாள். சித்தாள் வேலை பார்க்கும் நண்பர்கள் கையில் இருந்ததை எல்லாம் சேர்த்துக் கொடுத்தனுப்பிய காசும் தீர்ந்துபோய்விட்டது. வெளியிலிருந்து சில மருந்துகளை வாங்கச் சொல்லிவிட்டார்கள். விற்பதற்குச் சொந்த ரத்தத்தைத் தவிர வேறெதுவும் இல்லை.

தங்கை மட்டும்தான் கிருஷ்ணன்குட்டியின் சுவாசமாயிருந்தாள். அவளுக்கு ஷோபா என்று பெயரிட்டு அவளின் கண்ணசைவுகளின்

மொழியைப் புரிந்துகொண்டு வாழ்ந்தவன். அவளை ஒரு தந்தையின் கடமையோடும் பாசத்தோடும் கிருஷ்ணன்குட்டி நேசித்தான்.

பக்கத்துப் படுக்கையில் படுக்கவைத்துதான் என்னுடைய ரத்தத்தையும் கிருஷ்ணன்குட்டியினுடைய ரத்தத்தையும் எடுத்தார்கள். நர்ஸ் இரண்டு பாட்டில்களையும் எடுத்துக்கொண்டு போகும்போது நான் கவனித்தேன். ஒரே நிறமுள்ள ரத்தம். இதில் எது கிருஷ்ணன்குட்டியுடையது? எது என்னுடையது? யோசிக்க முடியவில்லை.

எங்கள் இரண்டு பேரின் ரத்தத்திற்கும் ஒரே விலைதான் கிடைத்தது. பதினாறு ரூபாய் வீதம்.

வெளியில் வந்தபோது கிருஷ்ணன்குட்டி கேட்டான்.

"என்கூட மருந்துக் கடை வரை வரமுடியுமா? எனக்கு இங்கிலீஷ் தெரியாது, இந்தச் சீட்டில் எழுதின மருந்தைத்தான் தருகிறார்களா என்று பார்க்க வேண்டும். மாறிப்போனால் என்ன செய்வது?"

பல மெடிக்கல் ஷாப்புகளிலும் ஏறி இறங்கினோம். அந்த மருந்து கிடைக்கவில்லை. கடைசியில் ஒரு கடையில் கிடைத்தது. அதன் விலை 27 ரூபாய். கிருஷ்ணன்குட்டிக்குத் தொண்டை அடைத்து கண்கள் கலங்க, அழுகை முட்டியது. ரத்தம் விற்றுக்கிடைத்த பதினாறு ரூபாய் அவன் கையில் நடுங்க ஆரம்பித்தது.

இன்னுமொருமுறை போய் ரத்தம் குடுத்திட்டு வரட்டுமா? -அவன் கள்ளங்கபடில்லாமல் கேட்டான்.

"ஒரு நாளைக்கு ஒரு பாட்டில்தான் எடுப்பார்கள்."

"அப்ப என்ன செய்யறது?"

கிருஷ்ணன்குட்டியின் தொண்டை இடறியது. நான் என் தங்கையை நினைத்துப் பார்த்தேன். தெய்வமே! சட்டென நான் சொன்னேன்.

‘‘என்னோட காசையும் தரேன் மருந்து வாங்கு’’

‘‘அய்யோ வேண்டாம். உனக்கு ஊருக்குப் போகணுமே.’’

கிருஷ்ணன்குட்டி தயக்கத்துடன் நின்றது, அவனுடைய இயலாமையை அப்பட்டமாகக் காட்டி என்னை மேலும் வேதனைப்பட வைத்தது.

‘‘நான் நாளைக்கிப் போறேன். நீ மருந்து வாங்கு கிருஷ்ணா?’’

மருந்து வாங்கிக்கொண்டு இறங்கியபோது கிருஷ்ணன்குட்டி நின்றான். பக்கத்தில் இருக்கும் டீக்கடையைப் பார்த்தான். அவனுடைய கண்கள் மீண்டும் கலங்கி நிறைந்தது.

‘‘என் அம்மா... இன்னும் ஒண்ணுமே சாப்பிடலை.’’

மீதிக் காசில் நான்கு தோசையைப் பொட்டலமாகக் கட்டி வாங்கினோம்.

‘‘நீ வேணும்னா ஒரு டீ குடியேன்’’ - நான் சொன்னேன்.

ரத்தம் எடுத்ததால் ஏற்பட்ட சோர்வு எனக்கும் புரிய ஆரம்பித்தது.

‘‘வேண்டாம். எனக்கு எதுவும் எறங்காது, வா போகலாம்.’’

மருந்தை நர்ஸின் கையில் கொடுத்த பின், நானும் கிருஷ்ணன் குட்டியும் ஜெனரல் வார்டில் நோயாளிகளுக்கிடையே நகர்ந்தோம்.

கறுத்து மெலிந்த, சோர்ந்துபோன அந்தப் பெண் படுக்கையில் தூங்கிக்கொண்டிருந்தாள். நரைத்துப் பழையதாய்ப்போன யூனிஃபார்மைத்தான் அவள் அணிந்திருந்தாள். என்றோ நீல நிறத்திலிருந்த ஸ்கர்ட்டும், நைந்துபோகத் துவங்கியிருந்த ஒரு வெள்ளை ப்ளவுஸீம். தொட்டிலில் கிடக்கும் குழந்தையைப் பார்ப்பதுபோலக் கிருஷ்ணன்குட்டி தங்கையைப் பார்த்தான். பக்கத்தில் கிடந்த ஸ்டூலில் அமர்ந்து கலவரத்தோடும் முகத்திலேயே விடை தேடும் பாவனையோடும் அந்தத் தாய் மகனைப் பார்த்தாள்.

"மருந்து வாங்கிட்டேம்மா" கிருஷ்ணன்குட்டி உற்சாகத்தோடு சொன்னான்.

"காசு எப்படிக் கிடைத்தது மகனே?"

"அது"... கிருஷ்ணன்குட்டி பதறினான். ரத்தம் விற்ற ரகசியம் தாய் அறியக் கூடாதது. அறிந்தால் அவளது ஆதி உதிரம் வற்றிப்போகும். அவன் என்னை ஒருமுறை பார்த்துவிட்டுச் சொன்னான்.

"இதோ இவரிடம் கடன் வாங்கினேன். எனக்குப் பழக்கமுள்ளவர் தான் இவர்."

அம்மா என்னை நன்றியோடு பார்த்தாள். அவளால் பேச முடியவில்லை. மெலிந்த கைகளை என் முன்னால் கூப்பினாள். நான் பதறிப் போனேன்.

"அம்மா இதைச் சாப்பிடுங்க"

கிருஷ்ணன்குட்டி தோசைப் பொட்டலத்தை நீட்டினான். கறுத்து மெலிந்து சோர்ந்துபோன அந்தச் சின்னப் பெண் தூங்கிக்கொண்டிருந்தாள். அவளுக்குச் சுய நினைவில்லை. அவளுடைய நெஞ்சில் விலா எலும்புகள் மேலேயும் கீழேயும் ஏறி இறங்கிக் கொண்டிருந்தன.

மெடிக்கல் காலேஜ் வாசல் வரை கிருஷ்ணன்குட்டி என் கூடவே வந்தான். லேசாக இருட்டத் தொடங்கியிருந்தது. ஒரு பால்ய காலத்துத் தோழனைப் பிரிவதுபோல இருந்தது எனக்கு. அவனுக்கும் மிகவும் துக்கமாகிப்போன நிமிடங்கள் அவை.

"கடனைத் திருப்பித் தர என்னால் முடியாது. கடவுள் உனக்கு நல்லது செய்வார் பாலா" - கிருஷ்ணன்குட்டிக்குப் பேச்சு இடறியது.

"போகட்டுமா?" - நான் பெருமூச்சு விட்டேன்.

எதிர்பார்க்காதபோது சட்டெனக் கிருஷ்ணன்குட்டி என் இரண்டு கைகளையும் சேர்த்துப் பிடித்து, தொண்டை அடைக்கக் கேட்டான்.

"என்னோட தங்கை பொழைப்பாளா?"

"எனக்குத் தெரியல கிருஷ்ணன்குட்டி"

வேதனையோடுதான் நானும் சொன்னேன். என்னால் பொய் சொல்ல முடியவில்லை.

தெருவில் இறங்கி நடந்து வரும்போது நான் என்னையே கேட்டுக்கொண்டேன்.

"மனித ரத்தத்தின் விலைதான் என்ன?"

இரவு ஸ்நேகிதி

பல வருடங்களாகிவிட்டன. மலைப் பிரதேசத்தில் ஒரு கவியரங்கத்தை முடித்துக்கொண்டு ஆலுவா பஸ் ஸ்டாண்டில் வந்து இறங்கினேன். இரவு பத்து மணிக்கு மேல் இருக்கும். பஸ் ஸ்டாண்டில் அதிகக் கூட்டமில்லை.

வெள்ளையில் லக்னோ குர்தாவும், ஜரிகை வேட்டியுமாயிருந்தது என்னுடைய உடை. காடாய் வளர்ந்த முடியும், அடர்ந்த மீசையுமாய், கழுத்தில் கறுப்புக் கயிற்றில் புலி நகமும் கோர்த்து, ஒருவிதமாக இருந்தேன் அப்போது. தோள் பையில் சோடா சேர்த்த திரவமும் பாட்டிலில் இருந்தது.

பாட்டிலைக் காலியாக்குவதற்காக, பஸ் ஸ்டாண்டின் பின்புறம் இருந்த இருண்ட மூலையை நோக்கி நான் நகர்ந்தேன். நீண்ட பயணத்தின் சோர்வை நீக்கியாகவேண்டுமே!

இருட்டில் பதுங்கி நின்று, ஒரு வாய் திரவத்தை விழுங்கி இருப்பேன். சட்டென இருட்டில் இருந்து ஒரு பெண்ணின் அலறலும், ஓர் ஆணின் வசைச் சொற்களும் கேட்டன. யாரோ அங்கிருந்து ஓடிப்போனார்கள். நான் பக்கென அதிர்ந்து போனேன்.

இருட்டிலிருந்து வெளிச்சத்துக்கு ஒரு பெண்ணின் முடிக்கற்றையைப் பிடித்திழுத்துக் கொண்டு ஒரு போலீஸ்காரன் வந்தான். கதறும் அந்தப் பெண்ணின் செவிப்பறையில் போலீஸ்காரன் ஓங்கி அடித்தான். ''தேவிடியா மகளே, இந்தப் பக்கம் இனி உன்னை நான் பார்க்கக் கூடாது''

எனக்கு விஷயம் என்னவென்று புரிந்தது. அப்போதுதான் நான் அந்த போலீஸ்காரனைக் கவனமாகப் பார்த்தேன். நான் அதிர்ந்து போனேன். ஆலுவாவின் யு. ஸி கல்லூரியில் என்னுடன் படித்த நண்பனாயிருந்தான் பௌலோச்சன்.

''பௌலோச்சா வேண்டாம்'' என்று உரக்கக் கத்தியபடியே நான் வெளிச்சத்திற்கு ஓடி வந்தேன். மறுபடியும் அடிப்பதற்காக உயர்ந்த அவனுடைய வலதுகை சட்டெனத் தாழ்ந்தது. இடதுகை அந்தப் பெண்ணின் முடிக்கற்றையில் இருந்து உடனே அகன்றது. அவன் பரபரப்போடு என்னைப் பார்த்தான். அவனுடைய உதடுகள் 'பாலன்' என்று அசைவதை நான் உணர்ந்தேன். ஒரு நிமிடம் யு.ஸி கல்லூரியின் பக்கத்திலிருந்த குன்றின் அருகிலிருக்கும் தோமச்சன் கடையில் உட்கார்ந்து பட்டைச் சாராயம் அடித்து, பூனா ஃபிலிம் இன்ஸ்ட்யூட்டில் சேர்ந்து, சினிமோட்டோகிராஃபி படிக்கக் கனவு கண்டிருந்த பௌலோச்சன் என்ற ஒரு பிம்பம் அந்தப் போலீஸ்காரனின் முகத்தில் மின்னி மறைந்தது.

நான் அந்தப் பெண்ணைப் பார்த்தேன். மஞ்சள் புடவை கட்டிய, கறுப்பான, மெலிந்த, ஒரு தெரு வேசி. உயர்ந்த குரலை பற்களின் இடுக்கில் அடக்கி, மெலிந்த சப்தத்துடன் பௌலோச்சன் சொன்னான். ''போடி''. அவள் அங்கிருந்து மறைந்து போனாள்.

பௌலோச்சன் ஒருவிதமாய்ச் சிரிப்பை வரவழைத்துக் கொண்டு, தோற்றுப்போன பாவத்தில் என்னிடம் சொன்னான்.

''இப்படி ஆயிடிச்சு மச்சான் என் தலை விதி.''

குறைந்த ஸ்ருதியைக் கொஞ்சம் ஏற்றிக்கொள்ளத் தோள் பையில் கைவைத்துக் காட்டி நான் கேட்டேன்.

‘‘கொஞ்சம் பிராந்தி இருக்கு. போலாமா?’’

பௌலோச்சன் ஒரு நிமிடம் சுற்றிலும் பார்த்தான். பயணிகள் கொஞ்ச தூரத்தில் இருந்தார்கள். யாரும் கவனிக்கவில்லை. சில பிச்சைக்காரர்கள் மட்டும் சுருண்டு படுத்துக்கொண்டிருந்தார்கள்.

‘‘வா பாலா’’ - பௌலோச்சன் என் தோளில் கை போட்டுக் கூட்டிப் போனான். நாங்கள் இருட்டுக்கு நகர்ந்தோம்.

பாட்டிலைக் காலியாக்குவதற்கு இடையில், பௌலோச்சன் அவனுடைய துக்கக் கதையைச் சொன்னான்.

போலீஸில் டிரைவராயிருந்த அப்பா விபத்தில் இறந்ததும், எம்.எஸ்.ஸி படித்துக்கொண்டிருந்த சகோதரி தீராத வியாதியில் விழுந்ததும், பூனா ஃபிலிம் இன்ஸ்ட்டிட்யூட்டுக்குப் போக முடியாமல் தான் காக்கி சட்டை அணியவேண்டி வந்ததும், எல்லாம் சொன்னான். கடைசியாய் அவன் கேட்டான்.

‘‘மச்சான் நீ இப்போ நல்லா வசதியா இருக்கே இல்ல பத்திரிகைகாரர்களுக்கு நல்ல சுகமான காலமாச்சே’’

‘உம்’ - நான் ஏற்றுக்கொள்ள முடியாத அவஸ்தையில் ‘உம்’ கொட்ட வேண்டியதாயிற்று. நான் வேலை பார்க்கும் பத்திரிகை ஆபிஸில் இரண்டு மாதம் ஆனால்கூடச் சம்பளம் தராமல், நான் படும் அவஸ்தையை எப்படிச் சொல்ல? இருட்டில் உட்கார்ந்திருந்தால் முகம் தெரியாது என்ற சௌகரியம் இரண்டு பேருக்குமே இருந்தது.

எர்ணாகுளம் பஸ்ஸில் என்னை உட்காரவைத்துவிட்டு, பௌலோச்சன் போய்விட்டான். பஸ்ஸில் ஆட்கள் சுத்தமாக இல்லை.

மூன்று பேர் உட்காரும் சீட்டில் நான் மட்டுமே. படுத்துக் கொள்ளலாமா என்று நினைத்து பஸ் ஓட ஆரம்பிக்கட்டும் என்று

கண்களை மூடி சாய்ந்து உட்கார்ந்தேன். மனசு மட்டும் விழுந்து நொறுங்கிய கோழி முட்டையைப் போலக் கலங்கிக் கிடந்தது.

சட்டெனக் காதருகில் 'சார்' என்ற குரல் கேட்டது. கையில் ஒரு குளிர்ந்த ஸ்பரிசமும் பட்டது. நான் கண்களைத் திறந்து பார்த்தபோது என் பக்கத்தில் அந்த மஞ்சள் புடவையணிந்த, கறுத்த, மெலிந்த பெண்.

"நானும் உங்ககூட வரட்டுமா சார். இந்த ராத்திரியில் நான் எங்கே போவேன்? என்னை அந்தத் துரோகியின் கையிலிருந்து காப்பாற்றியது மறக்க முடியாத உதவி, நானும் வரட்டுமா சார்?"

நான் அதிர்ந்துபோய், சாய்ந்த இடத்தில் நிமிர்ந்து உட்கார்ந்தேன். அவள் என் இரண்டு கைகளையும் பிடித்துக்கொண்டு தொடர்ந்தாள்.

"ஸ்டேஷனுக்குப் போனால் எத்தனை பேர் இருப்பாங்கன்னு தெரியாது. பத்து பைசா தர மாட்டானுங்க. தலையை மொட்டையடிச்சு விட்டுடுவாங்க."

எதையும் தீர்மானிக்க முடியாத சலனமற்ற மனநிலை வாய்த்திருந்தது. குளிர்ந்த காற்று வீசியது. டிரைவர் வந்து ஸீட்டில் உட்கார்ந்தார். கண்டக்டர் டபிள் பெல் அடித்தார். ஒரு குண்டான ஆள் வந்து முன் சீட்டில் உட்கார்ந்தார்.

நான் ஒன்றும் பேசவில்லை. அவள் ஆவலோடும் எதிர்பார்ப் போடும் என்னையே பார்த்துக்கொண்டிருந்தாள்.

அந்தக் கறுப்பான பெண்ணிடம் எந்த அழகும் இல்லாதிருந்தது. கழுத்திலும் காதிலும் பித்தளை நகைகளாகத்தான் இருக்க வேண்டும். அவளுக்கு இருபத்தி ஐந்து வயதுக்குள்ளாகத்தான் இருக்கும். யாசிப்பு நிறைந்த அந்தக் கண்கள் பச்சைக் குழந்தையின் கண்களைப்போலக் களங்கமில்லாமல் இருந்தன. எனக்குள்ளே இருக்கும் கவி அந்தக் கண்களை மௌனமாய் உற்றுப் பார்த்தான். மனசுக்குள் ஏதோ ஒன்று சரசரவென ஓடியது போல... பஸ் பாய்ந்து ஓடிக்கொண்டிருந்தது. குளிர்ந்த காற்று முகத்தில் அடித்தபோது இதமாய் இருந்தது.

மத்திய வயதுக்காரனான கண்டக்டர் வந்தார்.

"ரெண்டு எர்ணாகுளம்."

நான் பாதி நினைவோடு சொல்லி, பத்து ரூபாயை எடுத்து நீட்டினேன். கண்டக்டர் டிக்கெட்டும், மீதிச் சில்லரையும் தந்தார்.

அவள் ஒரு நிம்மதிப் பெருமூச்சுவிட்டாள். மீண்டும் என் கைகளைப் பிடித்தாள். நான் சட்டென கைகளை இழுத்தேன். ஒன்றும் பேசாமல் வெளியே பார்த்துக்கொண்டே வந்தேன்.

ஏதேதோ ஸ்டாப்பிங்குகளில் பஸ் நிற்பதும் யார் யாரோ ஏறுவதும் இறங்குவதுமாக இருந்தார்கள்.

எர்ணாகுளம் பஸ் ஸ்டாண்டில் இறங்கி, ஆட்டோ பிடித்து நானும் அவளும், என்னுடைய பத்திரிகையாளர் காலனிக்குப் போனோம்.

என் மனைவிதான் கதவைத் திறந்தாள்.

"ஒரு விருந்தினரும் என்கூட இருக்காங்க" - நான் சொன்னேன்.

"வெளிச்சத்தில் வந்து நில்லுடி."

என் மனைவி விஜயலக்ஷ்மி அதிர்ச்சியோடு அவளைப் பார்த்தாள்.

"போலீஸ்காரன் அடிச்சிட்டிருந்தான். பாவம்"

ஒன்றும் சொல்லாமல் விஜயலக்ஷ்மி உள்ளே போனாள். "வா" என்று கூப்பிட்டுவிட்டு நானும் மனைவியைத் தொடர்ந்தேன். அந்தப் பெண் பயந்துபோய் உள்ளே வந்தாள். மிகுந்த அதிர்ச்சிக்குள்ளாகியிருந்தது அவள் முகம்.

"அது உங்கள் மனைவிதானே?" -நடுக்கத்துடன் குரல் கம்மிப்போய் வந்தது.

"ஆமாம் ஒரு மகனுமிருக்கிறான். தூங்கியிருப்பான் இப்போது."

"அய்யோ கஷ்டமே. தெரிஞ்சிருந்தால் நான் வந்திருக்க மாட்டேன். நீங்க சொல்லவேயில்லையே."

சிதம்பர நினைவுகள்

அவள் குற்ற உணர்வுடன் தரையை நோக்கி முணுமுணுத்தாள்.

''நீ கேக்கலயே''

மனைவி மீண்டும் வெளியே வந்து என்னிடம் கேட்டாள்.

''ஏதாவது சாப்பிட்டீங்களா?''

''எனக்கெதுவும் வேண்டாம். உனக்குப் பசிக்குதா?''

அந்தப் பெண்ணிடம் கேட்டபோது ''ஒன்றும் வேண்டாம்'' என்ற பாவனையில் தலையை ஆட்டினாள்.

நான் துணி மாற்றிக்கொண்டு வரும்போது அவள் தரையில் அமர்ந்திருந்தாள். மனைவி டேபிளின் மேல் சாய்ந்து நின்றுகொண்டு அவளைப் பார்த்துக்கொண்டிருந்தாள்.

''உன் பேரென்ன?'' - நான் கேட்டேன்.

''வாஸந்தி''- அவள் முகம் உயர்த்தினாள். சட்டென என் மனைவியைப் பார்த்துச் சொன்னாள்.

''அக்கா கோவிச்சுக்கக் கூடாது. வேற வழியில்லாமத்தான் நான் சார்கூட வந்தேன்... சார் மேல எந்தத் தப்பும் இல்ல.''

விஜயலக்ஷ்மி ஒன்றும் பேசவில்லை. ஒரு பெருமூச்சுடன் என்னைப் பார்க்க மட்டுமே செய்தாள். உடனே வாஸந்தி ஒரு குழந்தையின் களங்கமின்மையோடு உற்சாகமாய்ச் சொன்னாள்.

''நான் கெட்டுப்போனவளாக இருந்தாலும் எனக்கு ஒருத்தரைப் பிடித்தால்தான் கூடப்போவேன். சாரைப் பிடித்ததால்தான் கூட வந்தேன்.''

நான் அதிர்ந்துபோய் விஜயலக்ஷ்மியைப் பார்த்தேன். அவள் ஒன்றும் பேசாமல் உள்ளே போய் ஒரு பாயும் தலையணையும் கொண்டு வந்து தரையில் போட்டாள்.

"நேரம் அதிகமாயிடிச்சு. படுத்துக்கோ."

வாஸந்தி பாயை விரித்து அதில் உட்கார்ந்தாள். நான் உள்ளே போனேன். படுக்கையில் மகன் குறுக்காகப் படுத்து உறங்கிக் கொண்டிருந்தான். நான் அவனைத்தூக்கிச் சரியாகப் படுக்கவைத்து அருகில் படுத்துக்கொண்டேன். வரவேற்பறையிலிருந்து வாஸந்தியின் குரல் கேட்டது.

"ஹரிப்பாடில்" தான் என் வீடு இருக்கிறது. எங்க வீட்டுக்குப் பக்கத்தில் ஒரு சப்-இன்ஸ்பெக்டர் இருந்தான். அந்த ஆள்தான் அக்கா என்னைச் சீரழிச்சது."

கொஞ்ச நேரத்தில் விளக்கு அணைவதை நான் உணர்ந்தேன். விஜயலக்ஷ்மி உள்ளே வந்து என் பக்கத்தில் படுத்தாள். இருட்டில் கண்கள் திறந்து நான் படுத்திருந்தேன்.

விஜயலக்ஷ்மி உள்ளடங்கிய குரலில் சொன்னாள்.

"கொஞ்சம் அதிகம்தான் இது. பக்கத்திலிருக்கறவங்க என்ன நெனப்பாங்க?"

நான் ஒன்றும் பேசாமல் பயத்தோடு என் கையை அவள் மேல் வைத்தேன். அவள் கொஞ்சமும் கோபமில்லாமல் என் கையை எடுத்துவிட்டாள். அவளின் பெருமூச்சு இருளில் கரையும்வரை நான் மூச்சேவிடவில்லை.

மறுநாள் காலையில் விஜயலக்ஷ்மி என்னை எழுப்பினாள்.

"அந்தப் பெண்ணை என்ன செய்யலாம்?"

நேற்றைய நிகழ்வுகள் மனதில் மின்னி மறைந்தபோது எனக்குள் ஒரு நடுக்கமுண்டானது. என்னவெல்லாம் செய்து கொண்டிருக்கிறேன் நான்!

"ஒரு அம்பது ரூபா குடுத்து அனுப்பிடு"

சிதம்பர நினைவுகள்

வெறுப்புடன்தான் சொன்னேன். விஜயலக்ஷ்மி ஒன்றும் பேசாமல் பணத்தை எடுத்துக்கொண்டு போனாள். கொஞ்ச நேரத்தில் வரவேற்பறையிலிருந்து வாஸந்தியின் குரல் சத்தமாய்க் கேட்டது.

"வேண்டாம் அக்கா. சார் என்னை ஒண்ணும் செய்யவில்லை. வேலை செய்யாமல் நான் கூலி வாங்கறதில்லை அக்கா. நான் கெட்டுப்போனவளானாலும் பிச்சைக்காரியில்லை."

சில நொடிகள் மௌனமாய்ப் போனது. விஜயலஷ்மியின் ஆச்சர்யப்பட்ட முகம் கதவருகில் பிரத்யட்சமானது.

"என்ன பெண் இவள்!"

அவள் தனக்குள்ளாகவே சொன்னாள்.

நான் தொலைபேசியைப் பார்த்துக்கொண்டு சும்மா படுத்துக் கிடந்தேன். பீரோவைத் திறந்து, ஒரு புடவையை எடுத்துக்கொண்டு விஜயலக்ஷ்மி போனாள்.

மகன் அப்போதும் எழுந்திருக்கவில்லை. அவன் முகம் எனக்கு ஒரு புத்தர் சிலையைப்போல இருந்தது.

"அந்தப் பெண் போயிட்டா"

விஜயலக்ஷ்மி ஆசுவாசத்தோடு சொன்னாள். அவளுடைய கண்கள் ஈரமாயிருந்தன.

என்னுடையதும்தான்.

கடவுளின் ஆசீர்வாத நிமிடத்திலிருந்து

அன்பு, பிரியம், நேசம் என்ற வார்த்தைகளின் அர்த்தம் தெரியாத குரூர சுபாவம்கொண்டவர்களாக இருந்தார்கள் எங்கள் குடும்பத்துப் பெண்கள். அந்த துஷ்ட சக்திகள் என் பால்ய காலங்களையும், இளமைக் காலங்களையும் நரகமாக்கியிருந்தார்கள். எட்டாம் வகுப்பு வரை ஆண் பிள்ளைகள் மட்டுமே படிக்கும் அரசுப் பள்ளியில்தான் நான் படித்தேன். பள்ளியின் பாடத்திட்டத்திற்குக் கீழ்ப்படிந்து நடக்க என் புத்தி எப்போதும் சம்மதிக்க மறுத்தது. படிப்பு ஏறாது என்று அதை அர்த்தப்படுத்தியிருந்த என் ஆசிரியர்கள் என்னோடு கோபத்தோடும் வெறுப்போடும் மட்டுமே இருந்தார்கள்.

ஊரிலிருக்கும் பெண் பிள்ளைகளை ஆகர்ஷிக்கப் போதுமான குணநலன்கள் ஏதும் எனக்கிருந்ததில்லை. அதனால் நான் எப்போதும் அவர்களின் பரிகாசப் பாத்திரமாகவே இருந்தேன்.

மிகவும் விகாரமான பெண்ணாயிருந்தாலும் பெண் என்பதினாலேயே தனக்கொரு ஈர்ப்பு சக்தி இருக்கிறதென்று, கர்வத்தோடும் அகங்காரத்தோடும் நடப்பதும் என்னைப் போலுள்ள சாதுவான பிறவிகளை மிதித்து, நசுக்கி ரசிப்பதும் என்னைக் கொதித்தெழச் செய்தது. எங்கேயும் உயர்ந்த மதிப்புள்ள விஷயமாகப் பெண் இருந்தாள். அவளைப் பார்ப்பதுகூட உலகில் தகாத செயலாகக் கருதப்பட்டது.

இந்தப் பிரபஞ்சத்தின் யௌவனத் துளிகள் முழுக்கத் தன் உடலில் ஜொலிக்கிறதென்றும், இந்த உலகமே தன் உடல் அசைவுகளைக் கண்ணுற்று அதிசயிக்கிறதென்றும், தன் உடல் விலைமதிக்க முடியாத ரத்தினக்கல்லாகப் பளபளக்கிறதென்றும் நினைத்துக்கொண்டு நடக்கும் ஒவ்வொரு பெண்ணும் என்னில் கோபத்தையும் வெறுப்பையும் ஊதி ஊதிக் கொழுந்து விட்டு எரியச் செய்தாள்.

இந்த உலகத்தில் இருக்கும் எல்லாப் பெண்களையும் துண்டு துண்டாக வெட்டி நறுக்கவேண்டும் என்று நான் ஆசைப்பட்டதுண்டு. திரைப்படங்களில் பலாத்காரக் காட்சிகளைப் பார்க்கும்போதும், ஏதோ ஒரு பெண்ணைப் பலாத்காரம் செய்து கொலை செய்துவிட்டார்கள் என்று பத்திரிகையில் படிக்கும்போதும் நான் பயம் கலந்த ஆனந்தத்தை ருசி பார்த்தது, இப்போதும் என் நினைவில் தெளிவாய் இருக்கிறது.

அது அப்படி இருக்க, ஒரு பஸ்ஸை தீ வைத்துக் கொளுத்திய வழக்கில் என் பெயரும் இருப்பதால், ஆண்கள் மட்டுமே படிக்கும் அந்த அரசுப் பள்ளியிலிருந்து டி.ஸி கொடுத்து நான் வெளியேற்றப் பட்டேன். ஆண்களும் பெண்களும் ஒன்றாய்ப் படிக்கும் ஒரு தனியார் பள்ளியில்தான் ஒன்பதாம் வகுப்பில் நான் போய்ச் சேர்ந்தேன்.

அரசுப் பள்ளியிலிருந்து வெளியேற்றப்பட்டு ‘ரவுடி’ என்ற பட்டத்தோடுதான் புதிய பள்ளியின் ஆசிரியர்களும் மாணவர்களும் என்னை வரவேற்றார்கள். புதிய பள்ளியில், வகுப்பு வாசலில், குற்றவாளியாக, பரிகாசப் பாத்திரமாக, அவமானப்பட்டவனாக நான் நின்றேன். வாசலில் நிற்கும் என்னை ஒரு பெரும் போக்கிரியாக வகுப்பிலுள்ள பிள்ளைகளுக்கு அறிமுகப்படுத்தினார் வகுப்பாசிரியர். ஒழுக்கசீலர்களான மாணவர்கள் என்னைப் பார்த்து பரிகாசமும் பயமும் கலந்த சிரிப்பலைகளை உதிர்த்தவண்ணம் இருந்தார்கள்.

உலகத்திலிருக்கும் எல்லா மனிதர்களையும் கல்லால் நசுக்கிக் கொல்ல வேண்டுமென்று மனதார ஆசைப்பட்டு கையாலாகாதவனாய் நான் நின்றுகொண்டிருந்தேன்.

அப்போதுதான் அந்த அற்புதமான காட்சியை நான் பார்த்தேன். வகுப்பின் முன் வரிசையில் அமர்ந்திருக்கும் ஒரு சின்னப்பெண், மலர்ந்த கண்களோடு என்னைப் பார்த்தபடி உட்கார்ந்திருந்தாள். அந்தக் கண்களில் வெறுப்போ, கேவலமோ, பரிகாசமோ, பயமோ இல்லை. களங்கமில்லாத, கருணாமயமான அந்தக் கண்கள் என்னைக் கிழித்துக்கொண்டு என் ஆழ்மனதில் வடியும் ரத்தத்துளிகளை உற்றுப் பார்த்தபடியிருந்தன.

தனியான தீவில், நூற்றாண்டுகளின் சோர்வை, வேதனையை ஏற்ற பழமையான கோட்டைக்குள்ளே, இருளடைந்த, தனிமைப்படுத்தப் பட்ட சிறையின் ஜன்னல், ஆசீர்வதிக்கப்பட்ட ஒரு அதிகாலையில் சட்டெனத் திறந்ததுபோல என் ஆத்மாவுக்குள் வெளிச்சம் அதி அற்புதமாய் நிறைந்து வழியத் தொடங்கியது. அந்த நிமிடம் வரை நான் உணர்ந்தேயிராத ஆனந்தத்தினால், இதுவரையிலான வாழ்வு சேறும் புழுதியுமாய் அடித்துத் தள்ளப்பட்டு புதுவெள்ளம் பாய நான் மகிழ்ந்து திளைத்தபடியிருந்தேன்.

பிறகெப்போதும் எனக்கு யாரையும் கொல்ல வேண்டும் என்று தோன்றியதில்லை. கடவுள் மக்களுக்கு ஆசீர்வாதம் கொடுக்கும் நேரங்களில், இந்த நிமிடம் முக்கியமான நேரமாய்க் குறித்து வைத்திருக்கப்பட்டிருக்கும். நிச்சயமாக...

இருபத்தியாறு வருடங்கள் கடந்துபோயிருக்கின்றன;

ஆனாலும் சாரதா!

இன்றும் நான் அந்த வகுப்பறையின் வாசலில் நின்று கொண்டிருக்கிறேன்.

குற்றவாளியாக, நிந்திக்கப்பட்டவனாக, பரிகாசப் பாத்திரமாக, அவமானப்பட்டவனாக...

உன்னுடைய கருணாமயமான அந்தக் கண்களை உற்றுப் பார்த்தபடி.

அக்னிக்காவடி

அய்யாவுச் செட்டியாரைத் தெரியுமா உங்களுக்கு? தேங்காய் வெட்டி, செக்கிலிட்டு ஆட்டி, எண்ணெய் வியாபாரம் செய்யும் செட்டியாருக்கு ஆறடி உயரம், மாநிறம், இரும்பு மாதிரி உடல்வாகு. ஒரே மூச்சில் 200 தேங்காய்களை உரித்துத் தள்ளிவிடும் பலமான கைகளில் கட்டி கட்டியாய்த் தழும்பேறிக் கிடக்கும். கொடுவாளால் வெட்டினாலும் அடிபடாத கைகள். ஆனாலும் மீசையும் தாடியும் இல்லாத அந்த முகத்திலும், சிறிய கண்களிலும் பரவியிருக்கும் சாந்தமும் குழந்தைத்தனமும் மட்டும் நம்மை அவரோடு பிரியமாய் இணங்கவைக்கும்.

குடிப்பது, பெண் சகவாசம், கோள் மூட்டுதல், பொறாமை, புறம் பேசுதல், பரிகசித்தல், குறை சொல்லல், நம்பிக்கைத் துரோகம் போன்ற எந்த நாட்டு நடப்புகளும் அய்யாவுச் செட்டியாருக்குத் தெரியாது. தன் குடும்பமும் தேங்காய் உரித்தலும் எண்ணெய் ஆட்டும் செக்கும் 'ஆண்டவா முருகா' என்று சொல்வதில் திருப்தி அடைவதும் மட்டும்தான் அந்தச் சாதுவான மனிதனுக்குத் தெரிந்ததாக இருக்கும் வாழ்வின் யதார்த்தம். செட்டியார் யாரையும் ஏமாற்ற மாட்டார் என்பதால் ஊர்க்காரர்களுக்கெல்லாம் அவரிடம் அதிகமான

பிரியமும் நம்பிக்கையும் உண்டு. அதனால் தங்கள் மரத்திலிருந்து இறக்கும் தேங்காயைச் செட்டியாரிடமே விற்று வந்தார்கள்.

அய்யாவுச் செட்டியாரின் செக்கில் காளைகள் இல்லை. மனைவியும், மூன்று ஆண்பிள்ளைகளும், நான்கு பெண் பிள்ளைகளும் செக்கை இழுக்க இருக்கும்போது காளை எதற்கு? எலும்பு நொறுங்க வேலை செய்து பல்லு நொறுங்கச் சாப்பிடும் குடும்பம்.

அய்யாவுச் செட்டியாரின் தேங்காய் எண்ணெயின் வாசனையும் ருசியும் தனிதான். அவியலில் ஊற்றிச் சமைத்துச் சாப்பிடும் போதுதான் செட்டியாரின் தேங்காய் எண்ணெய் ருசியின் உச்சநிலையை உணரமுடியும். என் வீட்டில் லீலா சித்திதான் அவியல் செய்வாள். வாழைக்காய், சேனைக் கிழங்கு, பச்சைப் பயறு, பூசணிக்காய், முருங்கைக்காய் எனத்தொடங்கி, தோட்டத்தில் இருந்து பறித்த எல்லாக் காய்கறிகளையும் சுண்டுவிரல் நீளத்தில் அரிந்து, மிளகாய்ப் பொடியும், மஞ்சள் பொடியும், உப்பும் சேர்த்துப் பிசைந்து வெண்கலப் பாத்திரத்தில் போட்டு வாழை இலையால் மூடி சிறு தீயில் வேகவைக்க வேண்டும். வெந்தவுடன் மாங்காயையோ, புளியையோ, தயிரையோ தேவைக்கேற்ப ஏதாவது ஒன்றைக் கரைத்து ஊற்ற வேண்டும். புளிப்பு காயில் சேர்ந்தவுடன் தேங்காயையும், சீரகத்தையும், பச்சை மிளகாயையும் நாலு கறிவேப்பிலையையும் அரைக்காமல் கல்லில் நன்றாய்த் தட்டியெடுத்துக் காயுடன் சேர்த்துக் கிளற வேண்டும். பிறகு அடுப்பில் இருந்து இறக்கிவைத்து, அப்போதுதான் செடியிலிருந்து ஒடித்த கறிவேப்பிலையையும், அய்யாவுச் செட்டியாரின் தேங்காய் எண்ணெயையும் ஊற்றி, கிளறி, வாழையிலையால் மூடிவைக்க வேண்டும். பத்து நிமிடம் கழித்து வாழையிலையைத் திறந்தால், தோட்டத்தில் வடகோடியில் விளையாடிக்கொண்டிருக்கும் பிள்ளைகளான எங்களுக்கு

அடுக்களையிலிருக்கும் அவியலின் மணம் பசியைக் கிளப்பும். அந்த அவியலையும், பொக்காளி நெல்லின் சோற்றையும், பிசைந்து சாப்பிட்டு முடித்தவுடன், விரல்களில் ஒட்டிக் கிடக்கும் தேங்காய் எண்ணெயின் பசையையும், நசுக்கிய திரித்திரியான தேங்காயையும் நக்கித் தின்பதுதான் ருசியின் உச்சம். கைகழுவின பிறகும் மணம் மட்டும் அப்படியே ஒட்டிக்கிடக்கும்.

அய்யாவுச் செட்டியாரின் தேங்காய்ப் புண்ணாக்கைச் சிறிது தவிட்டுடன் கலந்து, இளம் சூடுள்ள கஞ்சியில் கலக்கி, கொஞ்சம் உப்பும் சேர்த்து, ஒரு பெரிய பாத்திரத்தில் வைத்தால் எங்கள் வீட்டுக் கறவல் பசு ஒரே இழுப்பில் அத்தனைத் தண்ணீரையும் இழுத்துக் குடித்துவிட்டு, தன்னுடைய சொரசொரப்பான நாக்கினால் பாத்திரத்தை நக்கித் துடைத்து வைத்திருக்கும்.

எண்ணெய் முழுவதும் வடிந்துபோகாத தேங்காய்ப் புண்ணாக்கை, காய்ந்த மிளகாய், உப்புடன் சேர்த்து உரலில் போட்டு இடித்து செட்டியாரின் மூத்த மகள் சாந்தா செய்யும் பொடியின் ருசி இப்போதும் என் நாக்கில் இருக்கிறது.

ஒவ்வொரு வருடமும் அய்யாவுச் செட்டியார் நோன்பு எடுத்து விரதம் இருந்து பழனிக்குப் போவார். திரும்பி வரும்போது பஞ்சாமிர்தம் கொண்டுவந்து பக்கத்து வீட்டுப் பிள்ளைகளுக்கெல்லாம் கொடுப்பார். என்னுடைய பாட்டிக்குக்கூட பழனியிலிருந்து விபூதிப் பொட்டலம் கொண்டுவந்து கொடுப்பார்.

செட்டியாரின் பக்தியைப் பரிகசித்து பக்கத்து வீட்டுப் பெரியம்மா எப்போதும் சொல்வாள், ''ஏன் செட்டியாரே, உங்களோட ''ஹரஹரோஹரா'' என்ற கூச்சல் கேட்டு அந்த முருகனின் மயில் பயந்து ஓடியிருக்குமே.'' அந்த பக்தன் அதற்கும் ஒன்றும் சொல்ல மாட்டார். சிரித்துவிட்டுப் போய்விடுவார்.

தைப்பூசத்தன்று மாலை ஊரில் இருக்கும் சுப்ரமணியர் கோயிலில் செட்டியாரும் அவருடைய நண்பர்களும் காவடி எடுப்பார்கள். ஊர்க்காரர்களின், 'ஹரஹரோஹர' என்ற பக்தி வசப்பட்ட குரல்களுக்கிடையில் செட்டியார் நாக்கை மடக்கி, அதில் சிறிய செம்பு வேலைக் குத்திக் கீழே இழுப்பார். நாக்கில் ரத்தம் பீச்சியடிக்கும். வடியும் ரத்தத்தில் விபூதி கொட்டி, அப்படியே அமுத்திவிடுவார். ரத்தம் நிதானப்பட்டவுடன் வேலின் கூரான முனையில் எலுமிச்சைப்பழத்தைக் குத்தி வைப்பார். பிறகு பீலிக்காவடி எடுத்து, நாதஸ்வர மேள தாளங்களில் எல்லாம் மறந்து ஆடத் தொடங்குவார். அதைப் பார்க்கும் நாங்கள் எல்லோரும் கைகூப்பி ஒருவிதமான பக்தியில், எங்களை மறந்து 'ஹரஹரோஹர' என்று கோஷம் போடுவோம்.

'ஹரன்' என்ற வார்த்தையின் அர்த்தம் ஜீவித துக்கத்தை இல்லாமல் ஆக்குவது'' என்று நான் பின்னாளில்தான் கற்றுக் கொண்டேன். 'ஹரஹரோஹர'

அய்யாவுச் செட்டியாரின் பிள்ளைகளில் அதிக பலமுள்ளவன், நான்காவது பிள்ளையான ரவிதான். அவனைத்தான் செட்டியாருக்கு மிகவும் பிடிக்கும். எல்லா வேலைகளிலும் அவன் அவருக்கு உதவுவான். மகன் தேங்காய் உரிப்பதையும், கொப்பரைத் தேங்காயைச் சுமந்துகொண்டு போவதையும், செக்கு இழுப்பதையும் செட்டியார் வேதனையோடு பார்த்துக்கொண்டு உட்கார்ந்திருப்பார். அப்போதெல்லாம் தவறாமல் அவரது மனம் கலங்கி, கண்களில் ஈரப் பிசுபிசுப்பை ஏற்படுத்தும்.

பாவம் ரவி, ஒரு வலிப்பு நோய்க்காரன். எந்த நேரம் என்றறியாமல், மின் கம்பியில் அடிபட்டதுபோல பொத்தென்று விழுந்துவிடுவான். கையும் காலும் அடித்துக்கொள்ளும். கண்ணின் மணிகளிரண்டும்

மேலே மேலே போகும். வாயிலிருந்து நுரை தள்ளும். முகத்தின் தசைகள் துடித்தடங்கும். அப்போது உடல்பலம் பலமடங்காகும். பிடித்து அடக்க முடியாது. அந்தச் சமயத்தில் கையில் இருப்புச் சாவிக்கொத்தைக் கொடுக்க வேண்டும். பற்களுக்கிடையில், மரத்துண்டை வைக்க வேண்டும். இல்லையென்றால் நாக்கைக் கடித்து ரத்தம் ஒழுகும்.

ரவியைத் தனியாக எங்கும் அனுப்பமாட்டார். அவனை எப்போதும் கவனித்துக்கொண்டே இருப்பார்கள். அந்த மகன்தான் செட்டியாரின் ஜீவித துக்கமாயிருந்தான். அந்தத் துக்கத்தைத் தீர்க்க வேண்டித்தான், செட்டியார் எல்லா வருடமும் முருகன் சன்னதியில் நின்று 'ஹரஹர' என்று இதயம் வெடிக்கக் கூவி அழைப்பதும், நாக்கில் கூரான வேல் குத்தி ரத்தம் சிந்துவதும், பீலிக் காவடி எடுத்து எல்லாம் மறந்து ஆடித் தளர்வதும். முருக பக்தி, மகனின் வாழ்வில் சுழலை மாற்றி, தெளிந்த நீரோட்டமாக்கும் என்று செட்டியாரும் ஊர்க்காரர்களும் மிகவும் நம்பினார்கள்.

ஒரு கோடைக்கால விடுமுறை நாள். எனக்குப் பத்து வயதிருக்கும். வீட்டில் எல்லோரும் சாப்பிட்ட மயக்கத்தில் இருந்தார்கள். நான் செட்டியாரின் வீட்டுக்குப் போனேன். ரவியும் நானும் சேர்ந்து ஊரின் வடக்கிலிருக்கும் குளத்திற்குப் போனோம். ரவி குளக்கரையில் உட்கார்ந்து எண்ணத் தொடங்கினான், நான் தண்ணீருக்குள் மூழ்கினேன். இமை மூடி மூச்சை அடைகாத்த அந்தப் பொழுதில்தான், யாரும் ஏற்றுக்கொள்ள முடியாத சம்பவம் நடந்தது. மூச்சு அடைத்து மேலே வந்து நான் பார்த்தபோது ரவி தண்ணீருக்குள் விழுந்திருந்தான். என்னால் எதுவும் செய்ய முடியவில்லை. நான் என் வீட்டுக்கு ஓடி, தூக்கத்தில் ஆழ்ந்திருந்த அம்மாவைக் கூட்டிக்கொண்டு ஓடி வந்தேன். அப்போது தண்ணீரில் இருந்து குமிழிகள் மட்டும் வந்தபடி இருந்தன.

எனக்கும் இதற்கும் சம்மந்தமில்லையென்று குளம் அமைதியாகச் சிறு சிறு அலைகளோடு இருந்தது.

சகிக்க முடியாத என் அம்மாவின் அலறலைக் கேட்டு ஊர்க்காரர்கள் ஓடிவந்தார்கள். யார் யாரெல்லாமோ குளத்தில் குதித்து, மூழ்கி, ரவியைத் தேடியெடுத்து இழுத்து கரையில் போட்டார்கள். அந்த நேரத்தில் அய்யாவுச் செட்டியார் சந்தைக்குப் போயிருந்தார்.

விவரம் அறிந்து ஓடி வந்த செட்டியார் மகனின் ஜீவன் இல்லாத உடலை ஒருமுறை பார்த்தார். பிறகு குளத்தில் குதித்து, இரண்டு முறை மூழ்கி எழுந்து, நேராக சுப்ரமணியனின் சன்னதிக்கு நடந்தார். பின்னால் நானும் ஊர்க்காரர்களும் ஓடினோம். முருகனின் சன்னதியில் மூச்சு வாங்க நின்றுகொண்டு தழும்பேறிய கைகளால் ஓங்கித் தன் நெஞ்சில் அறைந்து எட்டுத் திக்கும் நடுங்குமாறு, "ஆண்டவா" என்று கூவினார்.

இதயத்தைப் பிளந்த அந்தக் கூக்குரல் அங்கே தூரத்தில் இருக்கும் பழனி மலைக்கு மேலே எதிரொலித்திருக்குமோ?

அதன் பிறகு ஒருபோதும் அய்யாவுச் செட்டியார் பழனி மலைக்குப் போனதில்லை. முருகனின் முன்னால் நாக்கில் வேல் குத்தி ரத்தம் சொட்டச் சொட்ட, பீலிக்காவடி எடுத்து ஆடினதில்லை.

எண்ணெய் ஆட்டுவதையும் நிறுத்திவிட்டார். செக்கையும் விற்றுவிட்டார். மீதி இருக்கும் பிள்ளைகளையும், வாழ்ந்தே தீர்க்கவேண்டிய மீதி வாழ்க்கையையும் நினைத்து, தேங்காயை உரித்து கொப்பரையாக்கி விற்றுவிட்டு வருவார். புத்திர துக்கத்தின் அக்னிக் காவடி சுமந்த அந்த மனிதன் தனிமையில் அடங்கி ஒடுங்கத் தொடங்கினார். வருடங்கள் போயின. ஊரில் இளவட்டங்கள் எல்லாம் சேர்ந்து ஒரு சங்கம் ஏற்படுத்தினார்கள். தைப்பூசத்தன்று காவடியாட்டம் நடத்தத் தீர்மானித்தார்கள். என் வீட்டில்தான்,

காவடிகளைச் செய்தார்கள். நானும் ஒரு பீலிக்காவடி எடுப்பதாய் வேண்டிக்கொண்டேன்.

தைப்பூசத்தன்று காவடியைத் தோளில் சுமந்து நானும் சுப்ரமணியர் கோயிலுக்குப் புறப்பட்டேன். செட்டியாரின் வீட்டு வாசலைத் தாண்டும்போது நான் உள்ளே பார்த்தேன்.

வாசல் திண்ணையில் ஒரு பழைய ஈஸிசேரில், சலனமில்லாமல் உட்கார்த்திருந்தார் அய்யாவுச் செட்டியார். தூரத்துக் கோயிலிலிருந்து நாதஸ்வரமும் மேளச்சத்தமும் கேட்கின்றன. நான் துக்கம் மேலிட செட்டியாரின் முகத்தைப் பார்த்தேன். முகத்தில் கண்கள் இருக்கும் இடத்தில் இரண்டு கல் இருப்பதாய் நான் உணர்ந்தேன்.

மகா நடிகன்

"இன்று மதியம் மிகச் சரியாக மூன்று மணிக்கு ராதா பிக்சர்ஸ் பேலஸின் வெள்ளித்திரையில், தென்னிந்தியத் திரைப்பட நடிப்புச் சக்ரவர்த்தி, தமிழ்நாட்டின் நாட்டியப் பெருமையின் புகழ்க்கொடி, நடிகர் திலகம் சிவாஜி கணேசன் நடிக்கும் தங்கப்பதக்கம்.''

நீங்கள் இப்போது கேட்ட இந்த விளம்பரம், முப்பது வருடங்களுக்கு முன்பு கேரளத்தின் மிக முக்கியமான நகரத்தின் தெருக்களில் ஆட்டோ ரிக்ஷாவின் மேல், தடித்த உச்ச ஸ்தாயியில் முழங்கிய ஓர் இளைஞனின் குரல். ஒரு நேரச் சாப்பாட்டுக்காகவும், ஐந்து ரூபாய் கூலிக்காகவும் சினிமா விளம்பரம் செய்து, உதய அஸ்தமனம் வரை ஊர் சுற்றிக்கொண்டிருந்த அந்த 18 வயது பையனின் பெயர் பாலச்சந்திரன் சுள்ளிக்காடு.

இருபது வருடங்களுக்குப் பிறகு, மெட்ராஸில், அரண்மனை போன்ற வீட்டிற்குள் ராஜகம்பீரமாய் அலங்கரிக்கப்பட்டிருந்த மதுபான அறையில் இத்தாலியன் ஸ்படிகப் பாத்திரத்தில் தன் கைகளாலேயே, சாட்சாத் சிவாஜி கணேசனே எனக்கு பிளாக் லேபிள் ஸ்காட்ச் விஸ்கி ஊற்றிக் கொடுத்தபோது, கேரள நகரின் வீதிகளில், குரல் விற்றுப் பிழைத்த அந்தப் பழைய பையன் என் நினைவலைகளில் மிதந்தான்.

1986-ல்தான் நான் சிவாஜிகணேசனை முதன் முதலில் பார்த்தேன். மெட்ராஸில் நியூ உட்லண்ட்ஸ் ஹோட்டலில் என் நண்பர் பிரதாப் போத்தன் இயக்கிய எம்.டி.யின் திரைக்கதையான ருதுபேதம்'' என்ற திரைப்படத்தின் ஐம்பதாம் நாள் விழா நடந்துகொண்டிருந்தது. சிவாஜிகணேசன்தான் அந்த நிகழ்ச்சிக்குத் தலைமை. எம்.டி. வாசுதேவன் நாயர், கமலஹாசன் ஆகியவர்களோடு அன்றைக்கு நானும் ஒரு பேச்சாளராக இருந்தேன்.

1995-ல் என் நண்பர் வி.பி.கெ. மேனோன் ஒரு படம் எடுக்கத் தீர்மானித்தார். முக்கியமான வேடமேற்று நடிக்க சிவாஜிகணேசனும் மோகன்லாலும் சம்மதித்திருந்தார்கள். திரைக்கதை ஜான்பால். ராஜீவ்நாத்தான் படத்தை இயக்குவது என்று தீர்மானித்ததில், ஒரு நாள் கதை டிஸ்கஷனுக்காக நானும் மெட்ராஸ் போகவேண்டி வந்தது.

ஒருநாள் காலையில் ராஜீவ்நாத் என்னிடம் சொன்னார்.

"இன்னக்கிச் சாயங்காலம் சிவாஜிகணேசன் அவருடைய வீட்டுக்கு இரவு விருந்துக்கு நம்மைக் கூப்பிட்டிருக்கார்''

அன்று மாலை ஜான்பாலும் நானும் ராஜீவ்நாத்துடன் சிவாஜிகணேசனின் வீட்டுக்குப் போனோம்.

வீடென்றா சொன்னேன். இல்லை. அது ஓர் அரண்மனை.

சிற்ப வேலைப்பாடுகள் செய்த மிகப்பெரிய கதவைத் தாண்டி உள்ளே நடந்ததும் விசாலமான ஒரு தளம் நம்மை வரவேற்கிறது. அங்கே தங்கத்தால் இழைத்த இரண்டு பெரிய யானைத் தந்தங்கள் இருந்தன. இடப்புறத்தில் மேலே செல்ல பெரிய மாடிப்படிகள்.

வேலைக்காரன் எங்களை மேலே வருமாறு பணித்தான். இயல்பாய் மாடி ஏறிய நான் ஒரு திருப்பத்தில் நடுங்கிப்போய்க் கையெடுத்து தலை குனிந்து வணங்க முற்பட்டேன். அங்கே சுவரில் வீரபாண்டிய கட்டபொம்மனின் வேடத்தில் வீரத்தையும் கம்பீரத்தையும் கொட்டி முழங்கிய சிவாஜிகணேசனின் ஆயில் பெயின்ட் செய்யப்பட்ட படம்.

அடுத்த திருப்பத்தில் உடைவாள் உருவின நிலையில் சத்ரபதி சிவாஜி. வலது பெருவிரலால் மீசை முறுக்கி, மந்தகாசப் புன்னகையுடன் நிற்கும் ராஜராஜசோழன் ஒருபுறம்.

மேல் மாடியில் சிவந்த பெர்ஷிய கம்பளம் விரித்த விசாலமான தளம். அதன் நடுவில் ஒரு சிம்மாசனம். சுற்றிலும் விலை உயர்ந்த சோஃபாக்கள். வெளிநாடுகளில் செய்த ஸ்படிக தூக்கு விளக்குகள் மேலேயிருந்து தொங்கிக்கொண்டிருந்தன. ஆங்காங்கே விலைமதிக்க முடியாத சிற்பங்கள். ஒருபுறம் கண்ணாடி அறைக்குள் ப்ரெஞ்சு கவர்மென்ட் சிவாஜிகணேசனின் நடிப்பைப் பாராட்டி அளித்த செவாலியர் விருதுடன் கூடிய மிகப் பெரிய வெள்ளைக் குதிரை.

எல்லாம் பார்த்து ரசித்தபடியே நாங்கள் சோஃபாக்களில் அமர்ந்தோம். வேலைக்காரன் திராட்சைக் கொடிகள்போல அலங்கரிக்கப்பட்ட ஸ்படிகப் பாத்திரங்களில் மாம்பழச்சாறு கொண்டு வந்தான். அதைக் குடித்து முடித்தபோது...

தூரத்தில் கலை வேலைப்பாடுகள் மிகுந்த கதவு திறக்கப்பட்டது. மனைவியும் வேலையாட்களும் இருபுறமும் நடந்து வர, சாட்சாத் சிவாஜிகணேசன் எங்களைப் பார்த்து நடந்து வந்துகொண்டிருந்தார். வெள்ளையில் கதர்ச் சட்டையும் வேஷ்டியும் அணிந்து, நெற்றியில் விபூதித்தீற்றல் இட்டு வந்தவரின் முடியிலும் தாடியிலும் நரை ஓடியிருந்தது. கழுத்தில் தங்கம் கட்டிய ருத்திராட்சம் அணிந்திருந்தார்.

ஒரே சீராய் அடி எடுத்துவைத்து, ஒவ்வொரு பாத அடி வைக்கும்போதும், மறு தோள் முன்னோக்கிச் சாய, தலை நிமிர்ந்து, நெஞ்சு விரித்து, இசைக்கு அசைப்பதுபோலக் கைகளை வீசி, பார்வை இமை அசையாது மெல்ல மெல்ல சிங்க நடை நடந்து வரும், அந்தத் திராவிட மகா நடிகனைப் பார்த்தபோது ராஜராஜசோழனின் வருகையைப் பார்த்த தமிழ்நாட்டுத் தெருப்பிள்ளைகளைப்போல நான் துள்ளி எழுந்தேன். அவர் ஒரு ராஜநடை நடந்து வந்து சிம்மாசனத்தில் அமர்ந்து, இடது கால் மேல் வலது காலை ஏற்றி வைத்து, இடது கையை

இடுப்பில் ஊன்றி, வலது கால் முட்டில் வலது கையைத் தாங்கி நிமிர்ந்து உட்கார்ந்தார். பிறகு வலது புருவக் கோடியைச் சுழித்து ஒரே ஒரு சலனம், மனைவியும் வேலைக்காரனும் மறைந்தே போனார்கள்.

நானும் ராஜீவ்நாத்தும் அவரின் காலில் விழுந்து வணங்கினோம். உடல் பருமனும் தொப்பையும் காரணமாகக் குனிய முடியாத ஜான்பால் நின்றபடியே வணங்கினார்.

வலது கையால் ஆசீர்வாதம் செய்த சிவாஜிகணேசன், சாந்த கம்பீரமான குரலில் சொன்னார்.

''உட்காருங்கோ''

நாங்கள் உட்கார்ந்தோம். கண் மலர்ந்து எங்களை நன்றாகப் பார்த்த பிறகு ராஜீவ்நாத்திடம் கேட்டார்.

''என்ன ராஜீவ்... என்ன சமாச்சாரம்? கதை ரெடியாயிடிச்சா?''

அவர்கள் கதையைப் பற்றியும் கதாபாத்திரத்தைப் பற்றியும் பேசிக்கொண்டிருக்க நான் சிவாஜிகணேசனின் புருவங்களையும் கண்களையும் முக அபிநயங்களையும் உதடுகளையும் கைவிரல்களின் தாள, லய அபிநயங்களையும், சலனங்களையும் பார்த்துக்கொண்டு நிசப்தனாய் அமர்ந்திருந்தேன்.

ஊழித்தாண்டவமாடும் ருத்ரன், செஞ்சோற்றுக் கடன் தீர்த்து கவச குண்டலம் கொடுத்த கர்ணன், காளமேகத்தில் கவிதை ததும்பச் செய்த கவிகுல குரு காளிதாசன், அமிழ்தத் தமிழ் மொழியின் உன்னதக் கவியான பாரதி, தாய்த் தமிழ் மண்ணின் வீர தீரச் சந்ததியான வீரபாண்டிய கட்டபொம்மன், சோழ குலோத்துங்கச் சூரியனான ராஜராஜசோழன்.

சிவாஜிகணேசன் பரிபூர்ணமாய் நடித்து புகழின் உச்சியில் வலம்வந்து என் சிறு வயது முதல் என்னால் ஆகர்ஷிக்கப்பட்ட கதாபாத்திரங்கள் என் மன அடுக்குகளில் மின்னி மறைந்தன.

திரைக்கதை பற்றிய விளக்கங்கள் முடிந்தபோது இடது கண்ணால் என்னை அலட்சியமாய்ப் பார்த்து ராஜீவ்நாத்திடம் கேட்டார்.

''இந்தப் பையன் யாரு?''

நான் ஒரு மலையாளக் கவிஞன் என்று ராஜீவ்நாத் என்னை அறிமுகப்படுத்தினார்.

சட்டென சிவாஜிகணேசனின் பாவம் மாறியது. கண்களில் சாந்தம் பரவ, முகம் மரியாதை கலந்த பக்தியில் ஆழ்ந்தது. தலையை ஒருபுறமாய்ச் சரித்து, தன்னை அப்படியே கொஞ்சம் சுருக்கி, என் முன்னால் இரு கைகளையும் கூப்பி அவர் மென்மையாய்ச் சொன்னார்.

''கவிஞரா? வணக்கம்.''

எனக்கான மரியாதை அல்ல அது. காவியக் கலையிடம் மூத்த திராவிடனுக்கு இருக்கும் ஆழ்ந்த ஆதரவையும் மரியாதையையும் தான் அவர் காண்பித்தார் என்பதைப் புரிந்துகொள்ளும் தெளிவு எனக்கு இருந்தது.

''உள்ளே போகலாம்.''

அவர் எழுந்தார். நாங்கள் பின்தொடர்ந்தோம்.

எகிப்தின் முன்னாள் பிரெசிடென்டான நாசர், நடிகர்களான பால் ம்யூனி, ஓமர் ஷெரீப், ரிச்சர்ட் பர்ட்டன், ப்ரதீப், ராஜ்கபூர் போன்ற உன்னதமான நண்பர்கள் வரும்போது தங்கும் அறைகளையும், அவர்களுடன் எடுத்துக்கொண்ட புகைப்படங்களையும் சிவாஜிகணேசன் எங்களுக்கு ஒவ்வொன்றாய்க் காண்பித்தார். பிறகு அவர் எங்களை வேறு ஓர் அறைக்கு அழைத்தார். புராதனமாக அலங்கரிக்கப்பட்ட அவரது ரகசிய மதுபான அறையாக இருந்தது அது. நடுவே உயர்ந்த ஒரு சிம்மாசனம். சுற்றிலும் விலை உயர்ந்த சோஃபாக்கள். இளம் நீலமும், இளஞ் சிவப்புமாக மங்கிய வெளிச்சங்கள். சீரான வாத்தியச் சங்கீதம். விலை உயர்ந்த பலதரப்பட்ட வெளிநாட்டு மது பாட்டில்கள்.

சிம்மாசனத்தில் சிவாஜி கணேசனும், சுற்றிலும் நாங்களும் உட்கார்ந்தோம். வேலைக்காரன் சோடா, ஐஸ், மது அருந்த டம்ளர்கள், பொன்னிறமாய் வறுத்த முந்திரிப் பருப்பு, ஆப்பிள் துண்டுகள் எல்லாம் கொண்டுவந்து வைத்தான்.

சிவாஜிகணேசன் எழுந்து, ஒரு பாட்டில் ஜானிவாக்கர் பிளாக் லேபிள் விஸ்கியை எடுத்து, சீல் உடைத்து அவர் கைகளினாலேயே ஊற்றிக் கொடுத்தார். விஸ்கி குடித்துக்கொண்டே அவர் வாழ்வின் சில விஷயங்கள் குறித்து எங்களோடு பகிர்ந்துகொண்டார்.

1925ல் விழுப்புரத்தில்தான் கணேசன் பிறந்தது. சின்னையா கணேசன் என்பதுதான் பெயர். கணேசன் பிறந்தபோது அப்பா ஜெயிலில் இருந்தார். திண்டுக்கல் குண்டுவெடிப்பு கேஸில் பிரதியாகி, ராஜ துரோகக் குற்றத்திற்காக வெள்ளைக்காரன் ஜெயிலில் அடைத்துவிட்டான். ஒன்பதாவது வயதில்தான் கணேசன் அப்பாவை முதன்முதலாய்ப் பார்க்கிறார்.

கணேசன் பள்ளிக்கூடத்தில் படித்ததேயில்லை. ஐந்து வயதாகும்போதே குடும்பத்தைக் காப்பாற்றுவதற்காக புரொஃபஷனல் நாடக கம்பெனியில் சேர்ந்தார். இளம்பருவத்திலேயே தமிழ் நாட்டின் மிகச்சிறந்த நாடக நடிகன் என்று பெயரெடுத்தார். அண்ணாதுரையின் நாடகத்தில் சத்ரபதி சிவாஜியாக வேடமேற்று நடித்தார். அதைப் பார்த்த பெரியார் ராமசாமி நாயக்கர்தான், வி.சி.கணேசனுக்கு 'சிவாஜிகணேசன்' என்று பெயரிட்டார். அந்தப் பெயரே நிலைத்தும் விட்டது.

இளம் வயதிலேயே தன் சகோதரியின் மகளான கமலாவைச் சீர்திருத்தத் திருமணம் செய்துகொண்டார்.

அந்தக் காலத்தில் பாலக்காடு, கொச்சின், திருவனந்தபுரம் போன்ற கேரள நகரங்களில் எல்லாம் சிவாஜி கணேசன் நாடகத்தில் நடித்துள்ளார்.

பத்தொன்பதாவது வயதில்தான், 'பராசக்தி' என்ற திரைப் படத்தில் நடிக்க, முதன்முதலாய் ஏவிஎம் ஸ்டுடியோவுக்கு வருகிறார். கள்ளர் இனத்தைச் சேர்ந்த சிவாஜிகணேசனை, அந்தக் காலத்தில் சினிமா உலகைத் தன் அதிகாரப் பிடியில் இறுக்கியிருந்த பிராமண மேதாவித்தனம் மிக அதிகமாக வேதனைப்படுத்தியது. ஆனாலும் 'பராசக்தி'யின் வெற்றி அவரைத் திரைப்படத் துறையின், உச்சாணிக் கொம்பில் மலரச் செய்து அழகு பார்த்தது.

மிகவும் பிஸியான திரைப்பட நடிகனாக இருந்தபோதும், அவர் அதே ஈடுபாட்டுடன் நாடக நடிகனாகவும் தொடர்ந்து வந்தார். ஐம்பது வயது வரை சொந்தமாக நாடகக் கம்பெனி நடத்தி, அரங்கங்களில் நடித்தும் வந்தார்.

"சரித்திர நாடகங்களிலும், புராண நாடகங்களிலும் மகாபுருஷர்களாக, அவதார புருஷர்களாக நடமாட விடத்தான் கடவுள் என்னைப் படைத்தான். அரங்கத்து நடிப்போடு ஒப்பிட்டுப் பார்க்கும்போது என்னுடைய சினிமா நடிப்பு ஒண்ணுமேயில்ல. சரித்திரத்திலும் புராணங்களிலும் வரும் வீர புருஷர்களாகத் தத்ரூபமாய் நடித்து அவர்களை எங்கள் நாட்டின் சாமானியப்பட்டவர்களும், ஏழைகளுமான மக்களின் இதயத்தில் குடிபுகச் செய்தேன். அப்படி என்னைப் பெற்ற தாய் நாட்டினுடையதும் எங்கள் மக்களுடையதுமான ஆத்ம வீர்யத்தையும், ஆத்ம அபிமானத்தையும், அந்தஸ்தையும் நான் ஜொலித்து நிலைநிற்கச் செய்தேன். இதுதான் இந்த நாட்டிற்கு நான் செய்த கலாசாரப் பங்களிப்பு. என் நாடு என்னை ஒருநாளும் மறக்காது."

இப்படிப் பேசி நிறுத்தியபோது, அறுபத்தி ஐந்து வருடங்கள் அபிநயக் கலையின் அபார சமுத்திரத்தில் கப்பலோட்டிய அந்தத் தமிழனின் முகத்தில் தெரிந்த ஆத்ம திருப்தியை வர்ணிக்க என்னுடைய எளிய வார்த்தைகளுக்கு சக்தியில்லை.

'வீரபாண்டிய கட்டபொம்மன்' என்ற திரைப்படம்தான் சிவாஜி கணேசனை உலக பிரசித்திபெற்ற நடிகனாய் மாற்றியது. ஆனாலும் அவர், "கட்டபொம்மன் நாடகம்தான் பிரமாதம். படம் ஒண்ணுமேயில்லை" என்றார்.

அரங்கை அடக்கி வாழ்ந்த, அந்தக் காலத்தின் ஞாபகங்கள் அவருடைய கண்களில் பளீரென மின்னிப் பனித்தன.

"அந்த நாடகத்தின் டயலாக் ஏதும் ஞாபகம் இருக்கிறதா?"

ராஜீவ்நாத்தான் அந்தக் கேள்வியைக் கேட்டார்.

"தலைபோனாலும் மறக்க முடியுமா?"

"ஒரு டயலாக் எங்களுக்காகச் சொல்ல முடியுமா?"

ராஜீவ்நாத் கேட்ட கேள்வியால் நான் பயந்துபோனேன். யாரிடம் இதைக் கேட்கிறோம் என்று ராஜீவ் யோசிக்கவில்லையா? அவரை, சிவாஜிகணேசன் கோபித்துக்கொள்வார் என்றே நான் நினைத்தேன். ஆனால் நம்பமுடியாத அந்த அதிசயம்தான் அப்பட்டமாய் நிகழ்ந்தேறியது.

சிவாஜி கணேசன் சிறிது நேரம் கண்மூடி கைகூப்பி அமர்ந்திருந்தார். பிறகு மெதுவாகக் குனிந்து, இடது கையால் வேட்டியின் தலைப்பைப் பிடித்து, மெதுவாக நிமிர்ந்தெழுந்து, சட்டென விஸ்வரூபமெடுத்ததுபோலத் திரும்பி நின்றார். நாங்கள் மிரண்டுபோனோம். உயரம் குறைவான, வயதான, எங்களிடம் இவ்வளவு நேரம் இயல்பாய் பேசிக்கொண்டிருந்த சிவாஜி கணேசனல்ல அது. மனித ஆத்மாவை நடுநடுங்க வைத்த வீரபாண்டியகட்டபொம்மன்தான் அது. சூரியன் அஸ்தமனம் ஆகாத பிரிட்டிஷ் சாம்ராஜ்யத்தின் பிரதிநிதியான ஜாக்ஸன் துரைக்கு நேராக ஆதித் தமிழக வீர பௌருஷத்தின் சிங்க கர்ஜனை முழங்கியது.

"நீ ஏர் பிடித்தாயா? களை வெட்டினாயா? கஞ்சிக்கலயம் சுமந்தாயா? அங்கு, கொஞ்சி விளையாடும் எங்கள் குலப்

பெண்களுக்கு மஞ்சள் அரைத்துக் கொடுத்தாயா? நீ என்ன எனக்கு மாமனா? மச்சானா? மானங்கெட்டவனே.''

தமிழக மக்களைச் சிலிர்த்தெழச் செய்த உலகப் பிரசித்திபெற்ற அந்த டயலாக்கைக் கொஞ்சமும் மறக்காமல், ஏற்ற இறக்கத்துடன், ஒரே மூச்சில் சொல்லி முடித்து, நெற்றியின் வியர்வையை வடித்துவிட்டு சிவாஜி கணேசனாய்ச் சுருங்கி சோஃபாவில் திரும்பி வந்து உட்கார்ந்து விஸ்கி எடுத்துக் குடித்துக்கொண்டு எங்களை ஆழமாக ஒரு முறை பார்த்தார்.

ஜான்பாலும் ராஜீவ்நாத்தும் மௌனத்தில் ஆழ்ந்திருந்தார்கள். ஓர் இளம் சூட்டினை லஜ்ஜையோடு நான் உணர்ந்தபோதுதான், என்னுடைய உள்ளாடைகள் நனைந்திருந்தது எனக்குத் தெரிய வந்தது.

''மலையாளத்தில் சரித்திர புராண நாடகங்கள் இல்லையா?''

சிவாஜிகணேசன் கேட்டபோது ஜான்பாலும் ராஜீவ்நாத்தும் நானும் ஒரு நிமிடம் தலைகுனிந்து உட்கார்ந்திருந்தோம். சொந்த மொழியை விரும்பாமல் அன்னிய ஆங்கில மொழிக்கும், சிந்தனைக்கும், தூபம் போடுவதில் சந்தோஷம்கொள்ளும் அல்பனான சராசரி மலையாளியை நினைத்து நாங்கள் வெட்கினோம்.

''ராமாயணத்தை அடிப்படையாகக் கொண்டு சி.என்.ஸ்ரீ கண்டன் நாயர் 'சாகேதம்' 'காஞ்சன சீதா' 'லங்காலக்ஷ்மி' என்று மூன்று நாடகங்கள் எழுதியிருக்கிறார்.''

மானத்தைக் காப்பாற்றிக்கொள்ள ராஜீவ்நாத் சொன்னார்.

''லங்காலக்ஷ்மியில் ராவணனின் டயலாக் முழுவதும் பாலன் பாக்காம சொல்வான்''- என்னைப் பார்த்து ஜான் பால் சொன்னார்.

''ராவணனின் இரண்டு டயலாக்கை எடுத்து விடுடா பாலா. சிவாஜி சார் கேக்கட்டும்.''

ராஜீவ்நாத் ஆவேசத்தோடு சொன்னார்.

நான் பதறிப்போனேன். சிவாஜிகணேசனின் வீட்டிற்குப்போய் அவரிடமே நாடக டயலாக் சொல்வதா?

''சும்மா எடுத்து விடுறா. இங்க என்ன பாக்கறே.''

ராஜீவ்நாத் மறுபடியும் என்னைத் தூண்டினார். நான் பதுங்கிப் பதுங்கி அமர்ந்து பார்த்தேன்.

''சொல்லய்யா. இங்க நாம ஃப்ரண்ட்ஸ் மட்டும்தானே இருக்கோம். எதுக்கு வெட்கப்படறே?''

சிவாஜிகணேசன் வாத்சல்யத்தோடு உற்சாகப்படுத்தினார். அதில் எனக்குத் தைரியம் வந்தது. கிளாஸில் மீதி இருந்த விஸ்கியை ஒரே இழுப்பில் குடித்து முடித்தேன். பிறகு எழுந்து நடிப்புச் சக்ரவர்த்தி சிவாஜிகணேசனின் காலைத் தொட்டு வணங்கினேன். அவர் என் தலையில் கைவைத்து ஆசீர்வாதம் செய்தார்.

'திருவிளையாட'லில் ருத்ர தாண்டவமாடிய சிவாஜிகணேசனை இதயத்தில் தியானித்து, சிவபக்தனான ராவணனின் ஆக்ரோஷமான உத்தரவுகளைக் கீழ்ஸ்தாயியில் நான் ஆரம்பித்தேன். மெல்ல, மெல்ல ராவணன் என்னை ஆகர்ஷித்து ஆவேசப்படுத்தினான்.

''லங்கையில் போர்க்கொடிகள் பறக்கட்டும். எதிரிகளைத் தடுக்க ஆயத்தமாகலாம், கோட்டையைப் பத்திரப்படுத்துங்கள், வடக்குக் கோட்டை வாயிலில் மகராட்சன், கிழக்கிலும் மேற்கிலும் சுகசாரணர்கள் நிற்கட்டும். தெற்கில் நிகும்பன், அகம்பனன் முன்னணியில், படைபோக ஆரம்பிக்கட்டும். பிரகஸ்தன் படையின் பின்னால் வந்து யுத்தக் நிலையை கணிக்கட்டும் தூம்ராட்சன் எதிரிப் படைகளின் பின்னாலிருந்து அழித்து வரட்டும். வலதில் மகா பார்ஷ்வன், இடதில் மகோதரன், யானை ஆயிரம், ரதம் ஆயிரம், குதிரைகள் இரண்டாயிரம் காலாட்படை ஒரு கோடி, ஆ... நானே வெல்வேன்.''

அரைப் போதையிலும் நான் விடாமல் சொல்லி முடித்தேன். அதைக்கேட்டு, தான் ஒரு மாபெரும் நடிகன் என்பதையெல்லாம்

ஒதுக்கிவிட்டு முதன் முதலாய் ஒரு நாடக டயலாக்கைக் கேட்டு ஆகர்ஷிக்கப்பட்ட சாதாரண மனிதனைப்போலக் கை தட்டினார் சிவாஜிகணேசன். என் குரல் நன்றாக இருப்பதாகப் பாராட்டவும் செய்தார்.

"ராவண வேடத்தில் நீங்கள் நடித்தால் பிரமாதமாக இருக்கும்." ராஜீவ்நாத் சிவாஜிகணேசனிடம் சொன்னார்.

"என்ன பண்றது? மலையாளம் தெரியாதே. வயசும் ஆயிடிச்சு"

ஒரு கதாபாத்திரத்தை இழந்த நடிகனின் நிராசை உதட்டிலும் குரலிலும் படர சிவாஜிகணேசன் சொன்னார்.

பிறகு அவர் எங்களை விசாலமான சாப்பாட்டறைக்கு அழைத்துச் சென்றார். அங்கே அவர் மனைவி கமலா பலவிதமான, தரமானதொரு விருந்தினை ஏற்பாடு செய்துவிட்டு எங்களுக்காய்க் காத்திருந்தார்.

சிவாஜிகணேசனும் எங்களோடு அமர்ந்தார். கமலா அம்மா எங்களுக்குப் பரிமாறினார்.

திரும்பி வரும்போது, வாசல் வரை வந்து அந்தத் திராவிடத் தம்பதிகள் எங்களை வழியனுப்பினார்கள். எங்களுக்கு 'சுப ராத்திரி' சொல்லிக் கையசைத்து நிற்கும் சிவாஜி கணேசனையும் அவரின் சரிபாதியாய் சேர்ந்து நிற்கும் மனைவியையும் பார்வையிலிருந்து மறையும்வரை பார்த்துக்கொண்டே வந்தேன்.

சீறிப்பாயும் காரில் உட்கார்ந்திருக்கும்போது, என் இதயத்தில் தெருக்களில் குரல் விற்றுப் பிழைத்த அந்தப் பழைய பையனின் சப்தம்...

"தென்னிந்திய நடிப்புச் சக்கரவர்த்தி, தமிழ்நாட்டின் பெருமையின் புகழ்க்கொடி, நடிகர் திலகம் சிவாஜிகணேசன் நடிக்கும்..."

முகம்

மாடியில், பால்கனியில் நின்று கீழே பார்த்துக் கொண்டிருந்தேன்.

மதிய வெயிலின் தூங்கும் பாதையினூடாக, முல்லைப் பூவின் மணத்தைக் குளுமையாய் எங்கும் பரவவிட்டபடி சந்தன நிறக் கைத்தறிப் புடவை அணிந்த ஸ்ரீதேவியும் வெள்ளை வேட்டியும் சட்டையும் அணிந்த விஜயனும் கை கோர்த்தபடி நடந்து மறைந்தார்கள்.

திருமணம் முடித்த பிறகு, இரண்டு பேரும் என்னைப் பார்க்க வந்திருந்தார்கள்.

நான் திரும்பி வந்து சட்டையை அவிழ்த்து வைத்துவிட்டு ஈஸிசேரில் படுத்தேன்.

முல்லைப்பூவின் சுகந்த மணம் இன்னும் அறையில் இருந்தது. நான் தீர்க்கமாக ஒரு பெருமூச்சுவிட்டேன். என்னையறியாமல் என் கை கன்னத்தைத் தடவிப் பார்த்தது. இதே அறையில், இந்தக் கன்னத்தில்தான் ஒருமுறை ஸ்ரீதேவி என்னை ஓங்கி அறைந்தது.

இதுபோல ஒரு மத்தியான நேரம்தான் அது. அலுவலக விடுப்பு எடுத்து, வீட்டில் உட்கார்ந்து மைக்கேல் மேக்லியரின் Vietnam-The Ten Thousand Day War என்ற வரலாற்றுப் புத்தகம் படித்துக் கொண்டிருந்தேன்.

அப்போதுதான் காலிங்பெல் அடித்தது. நான் எழுந்துபோய்க் கதவைத் திறந்தேன்.

வயலட் நிறத்தில் கைத்தறிப் புடவை அணிந்த, சிவந்து, மெலிந்த அழகான பெண்ணொருத்தி வாசலில் நின்றிருந்தாள். சுருட்டை சுருட்டையான முடியும், கறுப்பு நிறப் பொட்டும் அழகாயிருந்தன. மை எழுதி மலர்ந்த, பேசும் கண்கள். கழுத்தில் கறுப்பு நிறப் பாசி மணி. காதில் கறுப்பு முத்துக் கம்மல். வெண்மையான கைகளைக் கறுப்புக் கண்ணாடி வளையல்கள் மேலும் அழகாக்கிக் காட்டின. கையில் ஒரு பெரிய பை வைத்திருந்தாள்.

''ஊறுகாய் வேணுமா சார்? எலுமிச்சை, மாங்காய், நெல்லிக்காய், பூண்டு எல்லாம் இருக்கு.''

அவள் பேசினாள். அவளுடைய குரலும் அதிலிருந்த இசையும் எனக்கு மிகவும் பிடித்திருந்தன.

மத்தியான வேளையில் பத்திரிகையாளர் காலனி நிசப்தமாக இருக்கும். வேலைக்குச் செல்பவர்கள் அலுவலகங்களிலும், குழந்தைகள் பள்ளிகளிலும் இருப்பார்கள். வீட்டிலிருக்கும் பெண்கள் மத்தியான உறக்கத்திலிருப்பார்கள். என்னுடைய மனைவி அலுவலகத்தில், மகன் பள்ளிக்கூடத்தில்.

''வேப்பிலை உருண்டைகூட இருக்கு சார். இட்லிப் பொடி, தோசைப் பொடி, புட்டுப் பொடி'' - அவளுடைய பட்டியல் நீண்டுகொண்டே போனது.

''உள்ள வா. பாக்கலாம்.''

நான் உள்ளே போனதும் பின்னாலேயே அவளும் வந்தாள். உள்ளே வந்து, பையைத் தரையில் வைத்து, குனிந்து, பையின் ஜிப்பைத் திறந்து, பாட்டில்களையும், பொடிப் பாக்கெட்டுகளையும் வெளியே வைக்கத் தொடங்கினாள்.

நான் அதையெல்லாமா பார்த்தேன்! இல்லை. குனிந்தபோது முன்னால் வந்த புடவையினிடையில் தெரிந்த அவளின் அழகான இடுப்பின் வெண் மடிப்பைத்தான் என் கண்கள் பார்த்தன.

நான் வெளியே பார்த்தேன். யாருமில்லாத கவலையோடு மைதானம். தெருவில் பசுமாடும், அதன் மேல் ஒரு காகமும் மட்டுமே.

என் கண்கள் மீண்டும், குனிந்து நின்று ஊறுகாய்களையும், பொடிகளையும் எடுத்துவைத்துக்கொண்டிருக்கும் அந்தப் பெண்ணின் சிவந்த வயிற்று மடிப்புகளில் சுருண்டன.

ஓர் இருண்ட கடலலை என் மனசைப் புரட்டிப்போட்டது. நான் எல்லாம் மறந்தேன். என்னுடைய நடுங்கும், தடித்த விரல்கள் அந்தப் பெண்ணின் இடுப்பு மடிப்பைப் தொட்டுத் தடவின.

மின் அதிர்வுக்கு உட்பட்டவள்போல அவள் அதிர்ந்து, பின்னால் நகர்ந்ததும் அந்தக் கண்களில் இருந்து நெருப்பு பறந்ததும் அவள் கையை ஓங்கி என் கன்னத்தில் அறைந்ததும் ''என்னன்னு நெனச்சடா நாயே''' என்ற அவளின் அலறல் என் காதுகளை அடைத்ததும் - எல்லாம், எல்லாம் ஒரு நொடியினிடையில் நடந்து முடிந்திருந்தன.

ஆல் இலைபோல நடுங்கியபடி அவள் மூச்சு வாங்க நின்று கொண்டிருந்தாள். பூமி பிளந்து பாதாளத்துக்கு, என்னைக் கொண்டுபோய்விடாதா என்ற அவமானத்துடன் நானும் தலை குனிந்தபடி நின்றுகொண்டிருந்தேன்.

பத்துப் பதினைந்து வருடங்களாய் என் கவிதைகளையும் மேடைப் பேச்சுகளையும் கேட்டுக் கைதட்டிய ஆயிரக்கணக்கான மனித இதயங்கள் இப்போது என்னைக் கேலி செய்து ஆர்ப்பரிக்கின்றன.

யுகங்களின் பிரளயங்கள் தாண்டி குருஷேத்திர பூமியிலிருந்து அர்ச்சுனனின் தீனமான அழுகுரல் திக்கெட்டும் எதிரொலித்தது.

''அத கேன ப்ரயுக்தோயம்

பாபம் சரதி புருஷ:

அனிச்சன்னபி வார்ஷ்ணேய

பலாதிவ நியோஜித''

(பிரியமில்லாவிட்டாலும், பலமாக நிர்பந்திக்கப்பட்டவன்போல இந்த மனிதன் ஏன் இப்படித் தொடர்ந்து பாவம் செய்கிறான்)

நான் கண்களை இறுக மூடிக்கொண்டு, இரண்டு கைகளாலும் என் தலைமுடியை அழுத்திப் பிடித்திழுத்தேன்.

''சாரி சார். நீங்க இப்படிப்பட்டவர்ன்னு நான் நெனக்கல. நான் ஒருமுறை ஆட்டோகிராஃப்கூட வாங்கியிருக்கேன் உங்ககிட்ட''.

நான் அதிர்ந்துபோனேன். கடவுளே என்னைக் காப்பாற்று!

''நீங்களும் விஜயலக்ஷ்மி டீச்சரும் எங்க காலேஜுக்கு வந்திருக்கீங்க.''

''என்னை மன்னிச்சுடு'' கை கூப்பி உடைந்த குரலில் மன்னிப்பு கேட்டேன்.

''யோசிக்காம தப்பு செஞ்சிட்டேன். தயவுசெய்து யார்கிட்டயும் சொல்லிடாதே. உன் கால்ல விழுந்து கேக்கறேன்.''

தீனமான குரலில் கெஞ்சினேன்.

அவள் ஒரு வார்த்தையும் பேசாமல் ஊறுகாய் பாட்டில்களையும், பொடிப் பாக்கெட்டுகளையும் எடுத்துப் பையில் வைத்தாள். வீட்டைவிட்டு இறங்கும்போது சொன்னாள்.

''வாழறதுக்கு வழி இல்லாமதான் சார் நாங்களெல்லாம் இந்த கொளுத்தற வெயில்ல இப்படி வீடு வீடா ஏறி இறங்கறோம். உங்களை மாதிரி பெரிய இலக்கியவாதிகளின் மனசே இப்படியிருக்கு. பரவாயில்ல.''

‘‘மன்னிக்கணும். யார்கிட்டயும் சொல்லிடாதே. ப்ளீஸ்’’ - நான் கெஞ்சினேன்.

‘‘நான் யார்கிட்டயும் சொல்ல மாட்டேன். இதனால் எனக்கும்தானே அவமானம்! அந்த விஜயலக்ஷ்மி டீச்சரையும் யோசிக்க வேண்டியிருக்கே. இதுக்கு மேல நீங்க யார்கிட்டயும் இப்படிக் கீழ்த்தரமா நடந்துக்காம இருந்தா போதும் சார்.’’

உறைந்துபோய் நின்ற என்னை, அற்பப் புழுவாய் ஒரு பார்வை பார்த்துவிட்டுப் படியிறங்கிப் போனாள் அவள்.

அன்றிரவு எனக்கு உறக்கம் வரவில்லை. என்னை நானே வெறுத்து, அவமானப்பட்டு, புரண்டு புரண்டு படுத்துக் கிடந்தேன்.

உலக சரித்திரத்தில், ரத்தநெடி அடிக்கும் யுத்த அத்தியாயங்களில், வியட்நாம் மக்களின் வீர வரலாற்றைப் படித்து, மனித மகத்துவத்தின் அதி உன்னதங்களில் மனது லயித்திருந்த என்னை, ஒரு பெண்ணின் அருகாமை எவ்வளவு சீக்கிரம் வெறும் ஒரு மிருகமாக மாற்றியிருக்கிறது. மனிதனின் புத்திக் கூர்மைக்கும், அறிவுத் திறனுக்கும் அவனுடைய உணர்ச்சிகளைக் கட்டுப்படுத்தும் சக்தி இல்லையா? மனிதனின் யோக்யதையை நிர்ணயிப்பது கண்டிப்பாக அவனுடைய படிப்போ, பாண்டித்யமோ அல்ல. பணம், அதிகாரம், பெண் ஆகிய தொன்மங்களின் மீது அவன் எடுக்கும் நிலைப்பாடு மட்டுமே. பணத்தையும், மனித அந்தஸ்த்தையும் காட்டி இழுத்த தூண்டில்களையெல்லாம் அலட்சியமாய் வென்று வந்திருக்கும் என்னால் பெண் என்ற இந்தக் கொலைத் தூண்டிலிலிருந்து விடுபட எப்போதும் இயலாதது எதனால்? எந்த மகானும் தனிமையில் பெண்ணிடம் நெருக்கம் ஏற்பட்டால் கேவலம் நாயாக மாறிவிடுகிறான். பிறகல்லவா அற்ப ஜீவிதம் நடத்தும் நான்! உலகின் அதி மதுரமான விஷமே பெண்தான். பார்த்தவுடன் எடுத்துக் குடிக்கத் தோன்றும். குடித்தாலோ மரணம் நிச்சயம்.

இப்படி, பெண் குறித்த எதிர் நினைவுகளில் அந்த இரவு சுருண்டு ஒடுங்கிப்போனது.

மறுநாள் காலையில் பேப்பர் படித்துக்கொண்டிருக்கும்போது விஜயலக்ஷ்மி டீ கொண்டுவந்து, மேஜையின்மேல் சத்தத்தோடு வைத்தாள். அந்தச் சத்தம் எதையோ எதிர்பார்த்ததால், நான் அவளை ஏறிட்டேன்.

காகிதத்தில் மடிக்கப்பட்டிருந்த எதையோ நீட்டி விஜயலக்ஷ்மி கேட்டாள்.

"இது என்ன?"

நான் அதைத் திறந்து பார்த்தேன். உடைந்த கறுப்புக் கண்ணாடி வளையல் துண்டுகள். நான் பதறிப்போனேன்.

"இது எங்கேயிருந்து வந்தது?" - நடுக்கத்துடன் கேட்டேன்.

"இங்க, பெருக்கினப்போ கெடச்சது. நேத்து யாரு வந்தாங்க இங்க? என்ன நடந்தது? உண்மையைச் சொல்லுங்க."

விஜயலக்ஷ்மி கோபத்தில் சிவந்தாள்.

ஒன்றுவிடாமல், நடந்த எல்லாவற்றையும் நான் விவரித்தேன். அவள் அதை நம்பினாளோ என்னவோ தெரியவில்லை. ஆனால் எதை எதையோ எனக்காகச் சகித்துக்கொள்ளும் என் விஜயலக்ஷ்மி இதையும் சகித்துக்கொண்டாள்.

கொஞ்ச நாட்களுக்குப் பிறகு, ஒரு மங்கிய பகலில், ஆபீஸ் வேலைகளுக்கிடையில் டீ குடிப்பதற்காய் வெளியே வந்தேன்.

ட்ரஷரி ஆபீஸின் வராந்தாவில், நேஷனல் சேவிங்ஸ் ஸ்கீமில் வேலை பார்க்கும் பெண்கள், கமிஷன் வாங்குவதற்காக வந்து உட்கார்ந்திருந்தார்கள். அவர்களின் நடுவில் நடந்து வெளியில் வரும்போது என்னை ஒரு குரல் கூப்பிட்டது.

"சார்..."

நான் திரும்பிப் பார்த்தேன். அந்தப் பெண்களின் கூட்டத்தில், அன்று என்னை அடித்த அதே பெண்.

மணமேடையில் வேட்டி அவிழ்ந்த மணமகனைப்போல நான் கூனிக் குறுகிப்போனேன்.

அவள் என்னருகில் வந்தாள்.

"சாருக்கு என்னை ஞாபகமிருக்கா?"

சிரித்துக்கொண்டே கேட்டாள் அவள்.

எப்படி மறக்க முடியும்? ஒன்றும் பேசாமல், சிரிக்கக்கூட முடியாமல் நின்றேன்.

"அந்த ஊறுகா விக்கற வேலையை அன்னக்கே விட்டுட்டேன் சார். இப்ப நேஷனல் சேவிங்ஸ்ல இருக்கேன்."

"என்ன மன்னிச்சிடும்மா" - நான் முணுமுணுத்தேன்.

"நானும் அன்னக்கிக் கொஞ்சம் ஓவரா நடந்துகிட்டேன். என்னால் அந்தச் சம்பவத்தைத் தாங்கிக்க முடியல. நான் ரொம்பப் பயந்துட்டேன். அதனாலதான் அப்படி நடந்துக்கிட்டேன். என் நிலைமை உங்களுக்குத் தெரியாது. நீங்க ஒண்ணும் நெனச்சுக்கக்கூடாது"

காண்டீனில், என்னுடன் உட்கார்ந்து டீ குடிக்கும்போது அவள் தன்னைப் பற்றிச் சொன்னாள். வீட்டில் முழுக் குடிகாரனான அப்பா, துஷ்டப்பிறவியான சித்தியின் கொடுமை தாங்காத ஸ்ரீதேவி, "ப்ளஸ்டூகூட முடிக்காமல், வீட்டைவிட்டு வெளியில் வந்து பெண்கள் விடுதியில் தங்கி வேலை பார்க்கிறாள். ஒரே ஒரு சகோதரன், ஊரைவிட்டு ஓடிப்போனவனைப் பற்றிய தகவல் ஏதும் இல்லை.

பிறகு பலமுறை ஸ்ரீதேவியை நான் பார்த்தேன். ஒருமுறை சொன்னாள்.

"சார், நான் ஒருத்தரை விரும்பறேன். கல்யாணம் பண்ணிக்கலாம்னு நெனக்கிறோம்."

"நல்லதும்மா, யார் அது?"

"அவர் பேரு விஜயன், வேற ஜாதி. ஒரு ஸ்பேர் பார்ட்ஸ் கடையில் சேல்ஸ்மேனாக இருக்கிறார்."

ஸ்ரீதேவியும் விஜயனும் பதிவுத் திருமணம் செய்து கொண்டார்கள்.

சாமார்த்தியமும் அழகும் உள்ள கணவனை மரியாதையின் பொருட்டு அறிமுகப்படுத்தவே இன்று அழைத்து வந்திருந்தாள் ஸ்ரீதேவி.

உச்சி வெயிலில் உருகுகிற என் மனதின் வறண்ட பாதையில் அந்தப் புதிய தம்பதிகள் நடந்து மறைகிறார்கள்.

அவர்கள் நீடூழி வாழட்டும்.

என் மன அடுக்குகளில் இப்போதும் முல்லைப்பூவின் சுகந்த மணம் தங்கியிருக்கிறது.

மாயம்

காலையில் நான் ஆபீஸீக்குக் கிளம்பி, மாடியிலிருந்து இறங்கும்போது, கீழ் ஃப்ளோரில் வாடகைக்குக் குடியிருக்கும் அதி சௌந்தர்யமான பெண், அவள் வீட்டின் வாசல்படியில் நின்றுகொண்டிருந்தாள். ஜரிகைக் கரையிட்ட வேஷ்டியும் துண்டும் அணிந்திருந்தாள். நெற்றியில் சந்தனக் கீற்று மிக அழகாகத் துலங்கியது. ஈரம் சொட்டும் முடிக்கற்றையை அவிழ்த்துத் தொங்கவிட்டிருந்தாள். இன்றைக்கு அவளுக்குப் பிறந்த நாளாயிருக்குமோ?

அவள் பெயர் ராதிகா. என்னைவிட வயதில் மூத்தவள். காலேஜில் படித்திருக்கிறாள். பத்திரிகைகள் படிக்கும் பழக்கம் உண்டு. மகன் திலீபும், மகள் ஆஷாவும் பள்ளி மாணவர்கள். கணவனுக்கு ஏதோ பிஸினஸ்போல இருக்கிறது. இதைத் தவிர அந்தப் பெண்ணைப் பற்றி எனக்கு வேறெதுவும் தெரியாது.

சிரிக்கும்போது தெரியும் கன்னக்குழிகளும், தெற்றுப் பல்லும் ராதிகாவின் அழகை இரட்டிப்பாக்கின. கூடவே என்னில் பயமும் எட்டிப்பார்த்தது.

''கவிதை படித்தேன். நல்லாவேயில்லை.''

அன்று வந்திருந்த 'மாத்ருபூமி' வாரப் பத்திரிகையில் என்னுடைய 'க்ஷமாபணம்' என்ற கவிதை வெளியாகியிருந்தது. அதற்கான விமர்சனம்தான் அது.

''நேரமாயிடிச்சு'' என்று மட்டும் சொன்னபடி நான் அவசரமாய் பஸ் ஸ்டாப்புக்கு நடந்தேன்.

அந்தப் பெண்ணிடம் எனக்குப் பயமேற்பட்டது. அந்த அழகு என்னை என்னமோ செய்துகொண்டிருந்தது.

ஆபீஸில் தேவை இல்லாத வேலைகளுக்கிடையில் என் மனம் ராதிகாவையே கவனத்தில் கொண்டிருந்தது.

விசித்திர சுபாவம் உள்ள பெண் அவள். சில நேரம் மிகுந்த நேயத்தோடு சிரிப்பாள். மதுரமாய்ப் பேசுவாள். மின்னும் கண்களும், கன்னக்குழிகளும், கன்னத்தின் மேலிருக்கும் மச்சமும், மென்மையான குரலும் என்னைக் கலவரப்படுத்தும். ஏதேதோ சொல்லி நான் எப்போதும் அவளிடமிருந்து சீக்கிரமே வந்துவிடுவேன்.

தனிமையில் அந்த நிமிடங்களை நினைத்துக் கரைந்து கரைந்து பெருமூச்செறிவேன். அப்போதெல்லாம் என் சுயம் என்னை லஜ்ஜைப்படுத்தும்.

சில சமயங்களில் அவள் என்னைத் தெரிந்ததுபோலக்கூடக் காட்டிக்கொள்ளமாட்டாள். மிகவும் அலட்சியமாக நடந்துகொள்வாள். என்னைப் பார்க்க நேர்ந்தால், உள்ளே போய்க் கதவை சாத்திக் கொள்வாள். என் மனத்தீ அப்படியே மங்கி அணைந்துபோகும்.

இப்படி அந்நியப்பட்டுப்போன நிமிடங்களில் என் ரணம் ஆறிவரும்போதுதான் எதிர்பாராத ஒரு நாளில் நெருக்கம் தெரியும். நேயமான சிரிப்பும் இனிமையான பேச்சும் மின்னும் கண்களும் எல்லாம்... எல்லாம்...

நெருங்குவதும் அகலுவதுமான அவள் சுபாவத்தில் நான் மிரண்டு போயிருந்தேன்.

ஒருவேளை ராதிகா என்னோடு விளையாடுகிறாளோ? என் மன வலிமை தகர்தலைக் கண்டு ரசிக்கிறாளோ? தன் அழகால் வசீகரப்படுத்தி ஆண்களைக் கோமாளியாக்கிப் பார்த்து, ரசித்து, சந்தோஷப்படும் பெண்களை எனக்குத் தெரியும்.

இதையெல்லாம் யோசிக்கும்போது, எனக்கு என் மேலேயே கோபம் வரும். நான் ஒரு கயவன் என என்னையே நொந்து கொள்வேன்.

ராதிகாவிடம் எனக்கு எப்போதுமே பிரியம் இருந்ததில்லை. அந்த அழகில்தான், என் மனம் லயித்துக் கிடந்தது. இந்த நிஜம் என் மனசாட்சியின் முன்னால் குற்றவாளியாய் என்னை நிறுத்தி அசிங்கப்படுத்தியது. மிக அற்பமான ஒரு மனிதன் எனக்குள் பதுங்கியிருக்கிறான் என்ற உண்மை எனக்கு மட்டுமே தெரிந்த ரகசியமாயிருந்தது.

இல்லை, என் மனைவி விஜயலக்ஷ்மிக்கும் இது தெரிந்திருந்தது.

குப்பைத் தொட்டியில் காய்கறிக் குப்பையைப் போட நைட்டியோடு நடந்து வந்த ராதிகாவை பாதி திறந்த ஜன்னல் வழியாக, ஆவலோடு நான் ரசிப்பதை விஜயலக்ஷ்மி சுலபமாகக் கண்டுபிடித்தாள்.

வீட்டில் அழுகையும் கோபமும் வெடித்தன. இதற்கு மேல் இப்படி அற்பமாக நடந்துகொள்ளமாட்டேன் என்று மகனின் தலைமேல் அடித்துச் சத்தியம் செய்யவேண்டி வந்தது. மகன் பயந்துபோய் என்னைக் கட்டிப்பிடித்துக்கொண்டான். மாலையில் 'மெரைன் டிரைவில்' உட்கார்ந்திருந்தபோது என்னுடைய நண்பனும், பேராசிரியனுமான ராதாகிருஷ்ணன் சொன்னான்.

''எல்லாம் மாயம்தான் பாலா! அவள் மேல உனக்கு ஒரு சபலம் இருக்குது. அதனாலதான் இப்படி எல்லாம் உனக்குத் தோணுது. சபலத்தை அடக்கி வாழ்ந்தால் நீ தப்பிச்சே. இல்லன்னா கஷ்டம்தான்.''

எனக்குக் கோபம் வந்தது.

"நீ போடா. இரண்டு பெண் குழந்தைகளின் அப்பாவாகவும், இரண்டு லட்ச ரூபாய் கடனும் இருந்தால், உன்னைப்போல இருப்பவர்களுக்கு உலகம் மாயமாய்த் தோன்றும். சொல்ல வந்திட்டான் சபலம் சபலமில்லாததுன்னு."

கடல் அலைகளில் ஒருமுறை காறித் துப்பிவிட்டு, நான் திரும்பி நடந்தேன்.

எப்படியும் ராதிகாவை மனத்தில் இருந்து அகற்றிவிட வேண்டும் என அன்றிரவு நான் முடிவு செய்தேன். இந்த உலகத்தில் எத்தனையோ சௌந்தர்ய தேவதைகள்! அதையெல்லாம் கவனிக்க ஆரம்பித்தால் மனிதனுக்குப் பைத்தியம்தான் பிடிக்கும். எனக்கு என்ன அவசியம் இருக்கிறது இதிலெல்லாம்? என் மனநிம்மதிதானே எனக்கு முக்கியம்!

அதன் பிறகு நான் ராதிகாவைக் கவனிக்கவேயில்லை. என் குடும்பச் சூழலில் மூழ்கி, நான் வாழத் தொடங்கினேன்.

ஒருநாள் ராதிகா என்னிடம் கேட்டாள்.

"என்ன பாலச்சந்திரா, பாக்கக்கூட மாட்டேங்கறீங்க?"

"எனக்கு.. எனக்கு... பயமாக இருக்கிறது."

நான் பதறினேன்.

ராதிகா வெடித்துச் சிரித்தாள்.

"நான் என்ன பிசாசா?"

"ஆமாம்"

இந்த முறை கொஞ்சமும் பதட்டமில்லாமல், அவளுடைய கண்களை ஆழமாகப் பார்த்து, உறுதியான குரலில் நான் சொன்னேன். ராதிகா மிரண்டு போனாள். அவளுடைய முகம் மங்கிப்போனது. கண்கள் தரையைத் தொட்டன.

"I am Sorry"

உள்ளடங்கிய குரலில் சொன்ன அவள், சட்டென வீட்டுக்குள்ளே போய்க் கதவைச் சாத்திக்கொண்டாள்.

தேவையில்லாத ஒரு தீய சக்தியை அழித்த சந்தோஷத்துடன், நான் என்ஃப்ளோருக்கு ஏறிப் போனேன். கண்ணாடியின் முன்னால் நின்று அந்தக் காட்சியை மறுபடியும் நான் சொல்லிப்பார்த்து,

"Perfect"

என்று என்னையே பாராட்டிக்கொண்டேன்.

அப்படியாக நானும் ராதிகாவும் பரிச்சயமே இல்லாதவர்களானோம்.

பல நாட்களுக்குப் பிறகு, இன்றுதான் ராதிகா என்னைப் பார்த்து மீண்டும் சிரிக்கிறாள். கண்களில் மின்னலிடுகிறாள். ஒருவேளை இன்றைக்கு அவளுடைய பிறந்தநாளாகவோ அல்லது கல்யாண நாளாகவோ இருக்கலாம். நிச்சயமாக இன்று ஏதோ ஒரு புது சந்தோஷத்தில் இருந்தாள் அவள்.

அன்று ஆபீஸில் இருந்து நான் சீக்கிரமாகவே வந்துவிட்டேன். டவுன் முழுக்க ஒருமுறை சுற்றினேன். குடிக்கலாம் என்றால் கையில் அவ்வளவு பணமில்லை. பணம் வைத்திருக்கும் ஸ்நேகிதர்களும் கண்ணில்படவில்லை. ரொம்ப நேரம் 'மெரைன் டிரைவில்' உட்கார்ந்து பார்த்தேன். பழக்கமானவர்கள் யாரும் வரவில்லை. மாலை இருட்டத் தொடங்கியது. நிராசையோடு நான் வீட்டுக்குத் திரும்பினேன்.

ராதிகாவின் வீட்டு வாசலில் ஒரு சின்ன கும்பல். யாரும் ஒன்றும் பேசவில்லை. எனக்கு மேலே போக வழிவிட்டது கூட்டம். என்ன நடந்தது என்று புரியாமல் அதிர்ந்தவனாய் நான் மாடிப்படி ஏறிப்போனேன்.

ராதிகாவின் வீட்டுக் கதவு திறந்து கிடக்கிறது. தரையில் புகையும் வத்திகளுக்கிடையில், கோடித் துணி போர்த்திக் கிடத்தியிருக்கிறது ராதிகாவின் உடல்.

131

ஒரு நிமிடம் நான் ஸ்தம்பித்து நின்றுவிட்டேன். பிறகு மாடிக்கு ஓடிச்சென்று படபடவென என் வீட்டுக் கதவைத் தட்டினேன்.

கதவைத் திறந்த விஜயலக்ஷ்மி கடகடவென நடுங்கியபடி சொன்னாள்.

"தற்கொலை பண்ணிக்கிட்டா. ரெண்டு மணி நேரமாச்சு. ஹாலில் தூக்குப் போட்டுக் கிட்டாளாம்."

நான் நின்ற இடமே மரத்துப்போனது.

பக்கத்தில் இருப்பவர்கள் சொல்லக் கேட்டேன்.

ராதிகா மன நோயாளியாக இருந்திருக்கிறாள். பலமுறை தற்கொலைக்கு முயன்றிருக்கிறாள். கணவனுக்குச் சொந்த பந்தம் என்று யாரும் இல்லை. திருமணத்திற்குப் பிறகு ராதிகாவை வீட்டில் சேர்த்துக்கொள்வதில்லை...

இப்படி எத்தனையோ தகவல்கள் சொல்லப்பட்டன.

எங்கள் காலனியில் முதல் தற்கொலை. பயத்தினால் மற்ற வீட்டுக்காரர்கள் எல்லாம் குடும்பமாக, சொந்தக்காரர்கள் வீட்டுக்கோ, நண்பர்களின் வீட்டுக்கோ, லாட்ஜுக்கோ போனார்கள். விடிந்த பிறகுதான் உடலைப் போஸ்ட்மார்ட்டத்துக்குக் கொண்டுபோவார்கள். இரவில் அந்த இடம் சூன்யமானது. எரியும் வத்திப் புகைகளுக்கிடையில், ராதிகாவின் உடல், காவலுக்காக ஒரு போலீஸ்காரன். வாசலுக்கு வெளியே ஒரு பெஞ்சில் நானும், மற்றொரு காலனிவாசியான பாபுவும் மட்டுமே இருந்தோம். பாபு மலபார்க்காரன். கல்யாணமாகவில்லை. படித்துக்கொண்டிருக்கிறான். அவனுடைய அக்கா, மாமாவோடு தங்கியிருக்கிறான்.

ராதிகாவின் கணவனையும் குழந்தைகளையும் யாரோ நண்பர்கள் கூட்டிக்கொண்டு போனார்கள். இந்த இரவை அவர்களால் தாங்க முடியாது.

நடுராத்திரியானபோது போலீஸ்காரன் சொன்னான்.

"அய்யப்பன் கோயில் உற்சவத்திற்காக இரண்டு ராத்திரியா டியூட்டியிலே இருந்தேன். இமை மூடல இன்னும்."

பொதுவாகச் சொன்னவன் சிமென்ட் பெஞ்சில் படுத்து, பத்து நிமிடத்தில் குறட்டைவிடத் தொடங்கினான்.

பாபு எங்கிருந்தோ ஒரு பாட்டில் சாராயம் வாங்கி வந்தான். போதை ஏறவேயில்லை. மனசில் மரணம் மட்டுமே சப்பணமிட்டிருந்தது.

அந்த இரவின் பயங்கரமான ஏகாந்தத்தில், சூன்யமான நிசப்தத்தில், வெறும் தரையில், எதை நினைத்துக்கொண்டோ ராதிகா சாந்தமாக உறங்குகிறாள்.

நான் மோகித்த உதடுகளில், ஈக்கள் அரித்தபடி நகர்கின்றன.

எனக்கு உரக்க உரக்க வெடித்து சிரிக்கத் தோன்றியது. இவ்வளவுதான்... இவ்வளவேதான்... சட்டென எனக்குக் கோபம் வந்தது. 'எல்லாம் மாயம்' என்று சொன்ன ராதாகிருஷ்ணனை இந்த நிமிடம் கழுத்தை நெரித்துக் கொல்லத் தோன்றியது.

மறுநாள் காலையில் இன்ஸ்பெக்டரும் போலீஸ்காரரும் வந்தார்கள். என்னென்னவோ செய்தார்கள்.

ஆம்புலன்ஸுக்கு உடலை ஏற்றியபோது, தலைப்பக்கம் நான்தான் பிடித்தேன். மரத்து, சில்லிட்டுப்போன கன்னங்கள் என் கைகளில் பட்டபோது, என் ரத்தம் உறைந்து போனது. ஒருமுறை தொட, பலமுறை ஆசைப்பட்டதுண்டு. கடைசியாக...

போஸ்ட்மார்ட்டம் நடக்கும் அறையின், உடைந்திருக்கும் ஜன்னல் வழியாக நான் உள்ளே பார்த்தேன். மேஜைமேல் வெட்டிப்பிளக்க வசதியாய், மலர்த்திப் படுக்க வைத்திருந்தார்கள் அவளை. ராதிகாவின் மொட்டை அடிக்கப்பட்ட தலையும், உடை அணியாத உடலும்...

நிசப்தமான ஒரு பெரும் மன அலறலுடன் நான் அங்கிருந்து ஓடிப்போனேன்.

ராஜகுமாரியும் யாசக பாலனும்

'மாதவிக்குட்டி அகங்காரியான ஒரு ராஜகுமாரி' என்று நான் என்னுடைய குழந்தைப் பருவத்தில் நினைத்தேன். வசீகர அழகுடையவனான ஏதோ ஒரு ராஜகுமாரனால் வஞ்சிக்கப்பட்ட வளாய்த்தான் அவளின் தோற்றம் எனக்குள் இருந்தது.

அவளுடைய கதைகள் எனக்கு துர்ச்சொப்பனங்களாக இருந்தன. அவை உலகத்தினுடையதும் வாழ்க்கையினுடையதுமான சூட்சுமமான அந்தரங்கத்தை எனக்கு அறிமுகப்படுத்தி. மின் விசிறியில் அடிபட்டுத் துடிக்கும், அந்தச் சிட்டுக் குருவியின் ரத்தம் தெறித்த கறை, இப்போதும் என் இதயத்துக்குள் ஒட்டிக் கிடக்கிறது.

நக்ஸலைட்டான நண்பன் ஒருமுறை ரகசியமாக 'யெனான்' என்ற பத்திரிகையை எனக்குத் தந்தான். அதில் கமலாதாஸின் 'தேசியக் கொடி' என்ற கவிதை பிரசுரமாகியிருந்தது. அன்றிரவு நான் என் அம்மாவிடம் சொன்னேன்.

''அம்மா கமலாதாஸூம் நக்ஸலைட்டாயிட்டாங்க போலருக்கு.''

''அந்த அம்மாவும் புத்தி சுவாதீனமில்லாம ஆயிட்டாங்களா! போ. என்னென்னவோ நடக்குது.''

அன்று அம்மா கோபத்தோடு எழுந்துபோய்விட்டாள்.

நாட்கள் கடந்தபோது, நானும் என் எண்ணங்களும் கொள்கைகளும் வளர்ந்தன. எனக்குள் பொத்தி வைத்திருந்த தீ கொழுந்துவிட்டு எரிந்தபோது வீட்டையும் நாட்டையும் புறக்கணித்து வர வேண்டிவந்தது. திருவனந்தபுரத்தின் தெருக்களில், எந்த ஒரு தொழிலும் வருமானமும் இல்லாமல் அலைந்துகொண்டிருந்தபோது, என் நண்பனும் சக கவிஞனுமான ஜெயச்சந்திரன் என்னிடம், மாதவிக்குட்டி திருவனந்தபுரத்தில் செட்டிலாகிவிட்டதாகச் சொல்லி வீட்டிற்கான முகவரியும் வழியும் சொன்னான்.

ஒருநாள் உச்சி வெயிலடிக்கும் மதியானத்தில் நடந்து நடந்து அலுத்துப்போய், வியர்வையில் குளித்துப் பிசுபிசுத்த உடைகளுடன் ‘சமுத்திர தாரா’ என்ற வீட்டிற்குச் சென்றேன்.

வீட்டினுள்ளே கறுப்பாய் நிறம் மாறியிருந்த கட்டிலின் மேல் கமலாதாஸ் உட்கார்ந்திருந்தார். பார்ப்பதற்கு ராஜகுமாரியின் கம்பீரம். நெருப்பின் உட்கரு நிறமுள்ள புடவை உடுத்தியிருந்தார். அவிழ்த்து தொங்கவிடப்பட்டிருந்த கார்மேகக் கூந்தல்.

நெற்றியில் பெரியதாய்ச் சிவப்புப் செந்தூரம். கழுத்திலும் காதிலும் கையிலும் காலிலும் வெள்ளி ஆபரணங்கள். ரத்னாபரணங்கள். இடுப்பை அலங்கரிக்கும் பெரிய வெள்ளிச் சாவிக்கொத்து. ஆஜானுபாகுவான ஒரு பெண். முகத்தில் ராஜ குடும்பத்தின் தேஜஸ். சித்தோர் அரண்மனையில் அக்னிபிரவேசம் செய்யக் காத்திருந்த ராணி பத்மினியின் தோற்றம் என் முன்னே நிழலாடியது போன்ற பிரமை. அவருடைய கண்களில் ஓர் அகங்காரம் குடிகொண்டிருந்தது. ஏதோ பகவதி அருள் வந்தவளின் கண்களைப்போல ஒரு பளிங்கு மின்னல் அதில் நிரந்தரமாய் இருந்தது.

நான் பயத்தோடும் பவ்யத்தோடும் வணங்கினேன். பிச்சைக்காரன் என்று என்னை நினைத்திருக்கலாம். என் கால்கள் செருப்பில்லாமல் இருந்தன. உடுத்தின துணிகள் மிகவும் அழுக்கடைந்து போயிருந்தன. வாரப்படாத தலையில் சிக்கேறி இருந்தது. பல நாட்கள் குளிக்காத அலுப்பு உடம்பில் தெரிந்தது.

''யாரு?''

கம்பீரமான முழங்கும் குரலில் கமலாதாஸ்தான் கேட்டார். என் பெயரைச் சொன்னதும் என்னைத் தெரிந்திருந்தது.

''வா தம்பி. வா, வா''

உற்சாகத்தோடு என்னை வரவேற்றார் கமலாதாஸ்.

''உன்னோட கவிதைகளை பத்திரிகையில் படிச்சிருக்கிறேன். மீசைகூட மொளைக்காத சின்னப் பையன்னு நான் நெனக்கல''

நான் வெட்கிப்போனேன். எனக்கு இன்னும் மீசை முழுமையாக வளரவில்லை. ஒன்றிரண்டு முடிகள் மட்டும் முளைத்திருந்தன.

''தம்பி பசியோட இருக்கே போலருக்கு. முகத்தைப் பார்த்தால் ரொம்ப வாடியிருக்கே. வா. நான் சாப்பாடு எடுத்து வைக்கிறேன். சாப்பிடு''

நான் அந்த ப்ரியத்தில் அதிர்ந்தேன். அழுகையும் வந்தது. நிஜமாகவே எனக்கு அதீத பசி இருந்தது. அன்றைக்கான சாப்பாடு என்பது எனக்கொரு இனிய கனவாக மட்டுமே இருந்தது. அப்போது கமலாதாஸ் ஒரு நகவெட்டியை எடுத்து என்னிடம் தந்தார்.

''நகம் வெட்டிக்கோ. அங்க சோப்பு இருக்கு. நல்லா கை, கால்களை சுத்தமாய்க் கழுவு. உன் கை முழுசும் அழுக்கா இருக்கு பாரு.''

வள்ளுவ நாட்டில் ஏதோ சொந்தக்காரரின் வீட்டிற்குப் போனது போல இருந்தது. இல்லை இல்லை. என்னுடைய சொந்தக்காரர்கள் யாரும் என்னிடம் இவ்வளவு அன்புடனும் வாத்சல்யத்துடனும் நடந்துகொள்ள மாட்டார்கள்.

எனக்குச் சோறும், குழம்பு வகைகளும் மீண்டும் மீண்டும் பரிமாறப்பட்டன. ரொம்ப நாட்களுக்குப் பிறகு நான் வயிறு நிறையச் சாப்பிட்டேன். அன்னதானம் மாறா தானம். இந்த அம்மாவுக்கு நூறு புண்ணியம் கிடைக்கட்டும். இளம் பருவத்திலான என் ஆத்மா ஆசீர்வதித்தது.

"அய்யோ கண்ணு கலங்கிடிச்சே."

அந்த அம்மா அதைக் கண்டுபிடித்துவிட்டார்.

"நல்ல காரம்"

நான் இடக் கையால் கண்களைத் துடைத்தேன். மனசை என்ன செய்ய?

பிறகு அதிக நேரம் கமலாதாஸ் என்னோடு பேசிக் கொண்டிருந்தார். பம்பாயில் தன் வாழ்க்கை பற்றி, திருவனந்தபுரத்தில் இலக்கிய உலகின் போக்கைப் பற்றி, இறந்து போன ஓமனா என்ற தன் செல்ல நாயைப் பற்றி... எல்லாம்... எல்லாம் பேசிக்கொண்டிருந்தார்.

கமலாதாஸின் பேச்சைக் கேட்டுக்கொண்டிருந்தால் நேரம் போவதே தெரியாது.

மாலையில் ஒன்றாய் டீ குடித்தோம். புறப்படும்போது என் கையில் கொஞ்சம் பணத்தைத் திணித்தபோது எனக்கு சங்கோஜம் ஏற்பட்டது. அது அவர்களுக்குப் புரிந்திருக்க வேண்டும்.

"வச்சுக்கோ தம்பி. இவ்வளவு தூரத்திலிருந்து என்னைப் பாக்க வந்தியே. அக்காவோட சந்தோஷத்துக்காகன்னு நெனச்சுக்கோ."- மென்மையாய்ச் சிரித்தார் கமலாதாஸ்.

திரும்பி நடந்து வரும்போது நான் நினைத்தேன். கடவுளே, இவ்வளவு சாந்தமும், தயாள குணமும், ப்ரியமுமான, இந்தப் பாவபட்டப் பெண்தானா நெருப்பு வார்த்தைகளைக் கொண்டு, உலகை உலுக்கும் கலகக்காரியாக எழுதுகிறாள்,

ஆச்சர்யமும் சந்தோஷமும் கலந்த கலவையாய் மாறிப்போன மனத்துடன், பெருமூச்சு விட்டபடி அந்தி வெயிலை நோக்கி நடந்துகொண்டிருந்தேன்.

கவிதை அலங்காரமும் தரித்திரமும்

1998 மே 4, கோட்டயத்திற்குப் பக்கத்தில், சிங்கவனம் என்ற ஊரில் எழுத்தாளன் 'பாபு குழிமட்டம்' என்ற நண்பனின் வீட்டில் இருந்தேன். நேரம் மத்தியானத்தை எட்டிக்கொண்டிருந்தது. ஜீப்பை எடுத்துக்கொண்டு காலையில் ஓர்க்ஷாப்புக்குப் போன பாபு இன்னும் திரும்பி வரவில்லை.

தனிமையில் மிகுந்த சோர்வுடன் வாசலில் ஒரு ஈஸிசேர் போட்டுக்கொண்டு சாய்ந்து படுத்துக்கிடந்தேன். அப்போதுதான் அந்த ஆள் வருவது தெரிந்தது. குள்ளமான. கறுத்து மெலிந்த ஒரு பாவப்பட்ட மனிதன். விலை குறைவான கண்ணாடியும் வெளுத்துப்போய்ப் பழசாகிப்போன ஒரு பச்சை நிறச் சட்டையும், அழுக்கு வேட்டியும், நைந்துபோன செருப்பும் அணிந்து கையில் ஒரு பிளாஸ்டிக் கவருடன்ம் வந்தார்.

மிகவும் உள்ளடங்கின குரலில் பவ்யமாக அந்த மனிதன் சொன்னான்.

''நான் கிடங்கரை ஸ்ரீவத்ஸன்.''

நான் அதிர்ந்துபோனேன். காலையில் பாபு இந்த மனிதனைப் பற்றித்தான் என்னிடம் பேசினானா? கடவுளே!

அதிகம் பிரபலமாகாத ஒரு கவிஞன்தான் கிடங்கரை ஸ்ரீவத்ஸன். வயது நாற்பத்தைந்திருக்கும். இப்போது ஒரு டுடோரியல் காலேஜில் மாதம் 500 ரூபாய் சம்பளத்தில் மலையாளம் சொல்லிக் கொடுத்துக்கொண்டிருக்கிறார். வறுமை காரணமாகத் திருமணம் தாமதமாகத்தான் நடந்தது. மனைவியையும், இரண்டு சின்னக் குழந்தைகளையும் வைத்துக்கொண்டு மாதம் இருநூறு ரூபாயை வாடகையாகக் கொடுத்து வெறும் முன்னூறு ரூபாயில் நான்கு பேர் கொண்ட அந்தக் குடும்பம் தினம் தினம் போராடி வாழ்வை நகர்த்திக்கொண்டிருந்தது.

கொஞ்ச நாட்களுக்கு முன்பாக ஸ்ரீவத்ஸனின் குழந்தைகளுக்கு உடல்நிலை சரியில்லாமல் போயிருக்கிறது. செயின்ட் தாமஸ் மிஷன் ஆஸ்பத்திரியில் குழந்தைகளைச் சேர்த்து மருத்துவம் பார்த்திருக்கிறார்கள். உடல்நிலை இப்போது பரவாயில்லை. ஆனால், ஆஸ்பத்திரி பில்லுக்குக் கட்ட ஸ்ரீவத்ஸனின் கையில் பணம் இல்லை. ஆஸ்பத்திரி பில்லைக் கொடுத்துவிட்டுத்தான் குழந்தைகளை அழைத்துக் கொண்டுபோக வேண்டும் என்று ஆஸ்பத்திரியிலிருந்து ரெவரன்ட் ஃபாதர் எம்.என். செரியன் கண்டிப்பாய் சொல்லியிருந்தார். அதனால், கடந்த மூன்று தினங்களாக அந்தக் கவிஞனின் மனைவியும் இரண்டு குழந்தைகளும் மிஷன் ஆஸ்பத்திரியின் வராந்தாவில் மிகுந்த அவமானப்பட்டு, நேரத்தையும் வாசலையும் பார்த்துக் கொண்டிருக்கிறார்கள்.

உதவும் நண்பர்களோ, சொந்த பந்தங்களோ ஸ்ரீவத்ஸனுக்கு யாருமில்லை. பாபுவும் ஸ்ரீவத்ஸனும் சிறு வயதிலிருந்தே நண்பர்கள். நேற்று பாபு ஆஸ்பத்திரிக்குப் போனபோதுதான் நண்பனின் குடும்பம் அனுபவிக்கும் நரக வேதனை தெரிந்தது.

பாபு அவனுடைய கையிலிருந்த அறுநூறு ரூபாயை எடுத்துக்கொடுத்தான். அப்போதும் ஆஸ்பத்திரி பில் கட்ட இருநூறு ரூபாய் குறைந்தது. அதை மறுநாளே கொண்டுவந்து கொடுத்துவிடுவதாக அவன் நிர்வாகத்திடம் கேட்டுப் பார்த்தான்.

ஆனால், பணம் முழுவதும் கட்டவில்லையெனில் அவர்களை வீட்டுக்கு அனுப்ப முடியாது என்று ஃபாதர் செரியன் தீர்மானமாகச் சொல்லிவிட்டார். ஃபாதர் செரியனின் சொந்த ஊரைச் சேர்ந்த, கோட்டயம் கிறிஸ்தவனான பாபு எவ்வளவோ கெஞ்சிப் பார்த்தும் ஒரு வழியும் தெரியவில்லை.

கோபத்தின் உச்சிக்குப்போன பாபு ஸ்ரீவத்ஸனையும் குடும்பத்தையும் எப்படியும் வெளியே கூட்டிக்கொண்டு போக வேண்டுமென்று தீர்மானித்தான். பாபுவுக்குத் தர்மசங்கடமாகி விட்டது. அவன் அவர்களின் செலவுக்குக் கொஞ்சம் பணத்தைக் கையில் கொடுத்துவிட்டு மறுநாள் தன் வீட்டிற்கு வரும்படி ஸ்ரீவத்ஸனிடம் சொல்லிவிட்டு வந்திருந்தான். மிஷனாஸ்பத்திரி வராண்டாவில் அந்தக் கவிஞனின் குடும்பத்தைத் துக்கத்தோடு பார்த்துவிட்டு வர மட்டுமே நேற்று பாபுவால் முடிந்திருந்தது.

காலையில் இந்தச் சோகத்தை என்னிடம் சொல்லிக் கொண்டிருந்த பாபுவுக்குக் கோபத்தால் மூச்சு முட்டியது. ஸ்ரீவத்ஸன் வருவாரென்றும், அவருடைய முதல் புத்தகத்திற்கு நான் ஒரு முன்னுரை எழுதிக் கொடுக்க வேண்டுமென்றும் பாபு சொல்லியிருந்தான். நான் ஸ்ரீவத்ஸனின் கவிதைகளை இதற்கு முன் படித்ததில்லை.

என் முன்னால் நாற்காலியின் நுனியில் பவ்யத்தோடு உட்கார்ந்திருந்த ஸ்ரீவத்ஸன் கையிலிருந்த பிளாஸ்டிக் கவரைத் திறந்து பழுப்பேறிய ஒரு காகிதக்கட்டை மிகுந்த அக்கறையோடு எடுத்து என் முன்னே நீட்டினார்.

''இதெல்லாம் என்னுடைய கவிதைகள். சின்ன வயதில் ஒரு புத்தகமாகப் போட வேண்டும் என்ற ஆசை இருந்தது. அதற்குப் பிறகு மெல்ல மெல்ல ஆசைகளே இல்லாமல்போனது. இப்போது இதைத் தொகுப்பாகப் போட ஒரு பப்ளிஷர் முன்வந்திருக்கிறார். அதனால் நீங்க ஒரு முன்னுரை எழுதித்தர வேண்டும். பாபு சொல்லியிருப்பாரே.''

மரணம் நிச்சயிக்கப்பட்ட மனிதனின் மௌனத்தோடு ஸ்ரீவத்ஸன் பேசினார்.

ஒரு கவிஞன் வறுமையின் கொடுமையில் இருக்கிறான் என்பதினாலேயே அவனுடைய கவிதைகள் நன்றாக இருக்கும் என்பது விதியில்லை. இவருடைய கவிதைகள் எப்படியிருக்குமோ? பழுப்பேறிப்போன அந்தக் காகிதச் சுருளைப் பிரித்து அதில் 'நீயும் நானும்' என்ற கவிதையைப் படித்தேன்.

நீல வானமாய் எங்கும்
நீ வியாபித்திருக்கும்போது
பனித்துளி முத்தின் உள்ளே
உன்னை நான் மறைத்துக்கொள்வேன்.

அதிகாலை அலைகளின் சங்கீதமாய்
நீ அவதரிக்கும்போது
சாந்தமான என் இதயச் சங்கில்
உன்னை நிறைத்துக்கொள்வேன்.

சண்டமாருதக் கொடுங்காற்றாய்
நீ அலைபாய்ந்திடும்போது,
மூங்கில் தண்டினுள் உன்னை ஒளித்து
மெல்லிய கீதமாய் நான் மாற்றிடுவேன்.

கோரமான இருளின்
ஜடையை நீ அவிழ்த்தாயெனில்
மனோகரமான பிறைநிலவாய்
உன்னை நான் தழுவிக்கொள்வேன்.
காட்டுத்தீக் கொழுந்தாய்

நீ உயர்ந்தாலோ, ஆத்ம-
தாகத்தின் நதியில்
உன்னை நான் லயிக்கவைப்பேன்.

பிரளய ஜலமாய் நீ
வந்தாயெனில்
ஆலிலையாய் உன் மேனியைத்
தொட்டுத் தழுவி உருகுவேன் நான்.

பிரபஞ்சத்திலிருக்கும் கோடி கோடி நிகழ்வுகளை எல்லாம் ஒரே ஒரு துளியாக்கி வரிகளில் ஓடவிட்டிருக்கும் இந்தக் கவிதையைப் படித்து நான் ஸ்தம்பித்துப்போனேன்.

இந்த வரிகளை எழுதிய கவிஞனா என் முன்னால் இத்தனை அமைதியாகவும் ஆதரவின்மையாலும் தவித்திருப்பது? வறுமையிலும் வேதனையிலும் வறண்டுபோய் எலும்பும் தோலுமாகிப் போனவனின் இதயத்தினாலா, உயிர்ப்பின் உட்கருவில் பொன்னொளி வீசி, ஆதி அந்தம் வரை, சுடர்விடும் இயற்கையின் ஜாலங்களை உயிர்வரிகளாக்கித் தர முடிந்தது? இந்தக் கவிஞன் ஏமாற்றாமல் கொண்டு வரப்போகும் பணத்தை நம்பித்தானா, நிர்பாக்கியவதியான மனைவியும் லௌகீக வாழ்வின் சுழலறியாத இரண்டு தளிர்க் குழந்தைகளும் ஏதோ ஒரு மிஷன் ஆஸ்பத்திரி வராண்டாவில் ஏச்சுக்கும் பேச்சுக்கும் ஆளாகி அவமானத்தின் கசந்த உமிழ்நீர் விழுங்கி நரகத்திலிருப்பது?

நடுங்கும் மனத்துடன் இன்னொரு கவிதையை நான் படித்தேன். அதன் பெயர் ‘ஆலய சங்கமம்’

வாடகை கட்ட முடியாமல்போனதால் கவிஞனையும் குடும்பத்தையும் வீட்டு உரிமையாளர் வெளியே போகச் சொல்கிறார். வீட்டைவிட்டு இறங்கி வரும்போது, அந்த வீட்டிலேயே பிறந்து வளர்ந்த மகன் கவிஞனிடம் கேட்கிறான்.

எதற்காக அப்பா நாம் வீடு மாறுகிறோம்,
இது என்னுடைய சொந்த வீடில்லையா?
இதைக் கேட்டபோது கவிஞனின் மனம் இப்படி விம்மி உடைகிறது.
நமதில்லை மகனே,
இந்த வீடும் கதவுகளும்
மாடங்களும் படிக்கல்லும்
வெளிப்புற வேலிப்படர்ப்பும்
பொன் பூக்களும்

நமதில்லை மகனே,
இந்த வீடும் வாசலும்
நந்தியா வட்ட நிழலும்
அரளியும் இலஞ்சிப்பூ மணமும்
நமதில்லை மகனே.
இந்த வீடும் குளமும்,
கோயிலும் குளிர்ச் சாமரம் வீசும் காற்றும்

நமதில்லை மகனே,
இந்த வீடும் சித்திரவிதானங்களும்
கண்ணாடி பார்க்கும் மரச்சிற்பக் கன்னிகளும்
நமதில்லை மகனே,
இந்த வீட்டின் நடுமுற்றமும்
மழைக்கிசைவாய்க் கின்னரம் மீட்டிப் பாடும்
இந்தக் குயில் கூட்டங்களும்

நமதில்லை மகனே,
இந்த வீட்டின் கோடியில்
தொங்கவிட்டிருக்கும்
ஆலோலம் கிளிக்கூடும்
நெல்மணிக் குதிர்களும்
(கூட்டில் வந்து உட்காரும்
கிளியைக் காணாமல் நீ
துக்கத்தில் தேம்பின எத்தனை
அந்திகள் போயிருக்கின்றன
இந்த வாசல் வழியாக)

நமதில்லை மகனே,
இந்த வீடும் வீட்டின் சங்கீதமும்.
நாம் போகிறோம்,
கால தேசங்கள் அறியாமல்
பூமியின் எல்லைக் கோடுவரை
முடிவில்லா யாத்திரையாய்...
யாத்திரையின் இடையில்
ஒரு நொடி தலைசாய்க்க
வீடு தேடிப் போகிறோம் மகனே நாம்.

முழுவதும் படித்து முடித்தபோது யாரோ தடித்த, வலுவான கைகளால், என் இதயத்தை அழுத்திப் பிழிவது போன்ற வலி எனக்கு ஏற்பட்டது. நான் தலையை உயர்த்திப் பார்த்தேன். நிச்சலனமில்லாமல் உட்கார்ந்திருக்கும் அவருக்கு இந்த உலகத்தின் மேல் எந்தக் கேள்விக் கணைகளும் இல்லை, கோபமும் இல்லை, பகையும் இல்லை.

வெளியில் ஜீப்பின் இரைச்சல் கேட்டது. பாபு வந்துவிட்டான். அவருடன் எழுத்தாளன் மாங்கொம்பு சிவதாஸனும் வருகிறார்.

''ஆஸ்பத்திரியிலிருந்து நீ உன் மனைவியையும் பிள்ளைகளையும் கூட்டிட்டு வந்திருக்கக்கூடாதா ஸ்ரீவத்ஸா'' பாபு கோபத்தோடு கேட்டான்.

''பணம் கட்டாமல்...''

ஸ்ரீவத்ஸன் வாக்கியத்தை முடிக்காமல் தலை குனிந்தான்.

''பணம் இல்லன்னா என்ன செய்யறது? நீ அவளையும் குழந்தைகளையும் கூட்டிட்டு வந்திட்டா, யாராலும் ஒண்ணும் புடுங்க முடியாது. போலீஸ்காரன்கூட இதில் தலையிட முடியாது. மனுஷ மகத்துவத்துக்காய்ச் சிலுவையில் அறையப்பட்ட ஏசுவின் பேரைச் சொல்லிக்கிட்டு, இங்க ஒவ்வொருத்தரும் செய்யற காரியத்தைப் பார்த்தா...''

தார்மீகக் கோபத்தால் பாபுவின் குரல் உயர்ந்தது.

''அதில்லை, பணம் கட்டாம அவ வரச் சம்மதிக்க மாட்டேங்கறா''

''ஏன் அவ்வளவு பிடிவாதமா இருக்கணும்?''

''அது அவமானம்தானேன்னு...''

ஸ்ரீவத்ஸன் அந்த வாக்கியத்தை முடிக்கும் முன்பாக பாபு மிகவும் மோசமான கெட்ட வார்த்தை ஒன்றைப் பிரயோகித்தான்.

''காசில்லை என்பது இந்தப் பூமியில் அவ்வளவு பெரிய அவமானமா?''

பாபுவின் கோபம் உச்சிக்குப் போனது. ஸ்ரீவத்ஸனின் அனாவசியமான அவமானமும் இயலாமையும் தைரியமின்மையும் பாபுவுக்குப் பிடிக்கவில்லை. பணம் இல்லையென்றால் பிச்சை எடுக்கக்கூட எந்தவித சங்கோஜமும் தயக்கமும் காட்டாதவர்கள்தான் நானும் பாபுவும். இந்த விஷயத்தில் எங்களுக்கு மான அவமானங்கள்

எல்லாம் இல்லை. வறுமை பலமுறை எங்களை மான அவமானங்களிலிருந்து தூக்கியெறிந்து அவற்றை எல்லாம் ஒன்றுமில்லாமல் செய்திருக்கிறது.

ஆனால் ஸ்ரீவத்ஸன் எங்களைப்போல அல்ல. மான ரோஷத்துக்குட்பட்டவன். பரம தரித்திரமும் மான அபிமானங்களும் ஒன்று சேர்ந்த அவஸ்தைதான் மிகவும் பயங்கரமான நரகம். அந்த நரகத்தின் அக்னிக் குண்டத்தில் பற்றி எரிந்துகொண்டிருக்கிறான் இந்த ஏழைக் கவிஞன்.

வசதி படைத்தவனுக்குக் கவிதை நல்ல அலங்காரம். வாழ வழியில்லாதவனுக்கோ அதுவே மகா சாபம்.

பாபுவும் சிவதாஸனும் நானும் எங்கள் கையிலுள்ள பணத்தைச் சேர்த்தபோது ஆஸ்பத்திரி பில் கட்டவும், அத்தியாவசியமாய்ச் சில பொருட்கள் வாங்கவும் சரியாய் இருந்தது. நாங்கள் சமூகத்தில் மிகவும் விலை குறைந்த மனிதர்கள். இதைவிட அதிகமாய் ஸ்ரீவத்ஸனுக்குச் செய்ய எங்களால் முடியாது. பாபு பணத்தை ஸ்ரீவத்ஸனிடம் கொடுத்தான். அவர்கள் இரண்டு பேரும் பால்ய நண்பர்களாக இருந்தபோதும் ஸ்ரீவத்ஸன் அதை வாங்கும்போது அவமானத்தால் உள்ளுக்குள் ஒடுங்குவது அப்பட்டமாய் முகத்தில் தெரிந்தது.

ஸ்ரீவத்ஸன் என்னிடம் கொடுத்த கவிதைக் கட்டுகளோடு, எர்ணாகுளம் பஸ்ஸில் அமர்ந்து பயணம் செய்யும்போது எல்லாவற்றையும் மறக்க நான் முயற்சி செய்தேன்.

ஆனால், தூரத்தில் எங்கோ மிஷனாஸ்பத்திரி வராண்டாவில் அந்தக் கவிஞனின் வருகைக்காய் அவமானப்பட்டுக் காத்திருக்கிற மனைவியும் குழந்தைகளும்...

அந்த உருவங்களை நான் எப்படி மறக்கமுடியும்?

விஷக்கன்னி

அவள் ஒரு ரகசியமாக இருந்தாள்.

ஆண்கள் அவளை மோகித்தார்கள். பெண்கள் அவளுக்குப் பயந்தார்கள்.

எங்கள் காலனியில் வாடகைக்கு வந்த நாள் முதல் லைலா எல்லோரின் தூக்கத்தையும் கெடுத்தாள்.

அவளுடைய கணவன் சோமன் வியாபார நிறுவனமொன்றின் உயர்பதவியிலிருந்தான். மகள் தாரா ஹைஸ்கூல் மாணவி.

காலையில் கணவனும் மகளும் போய்விட்டால், பல நாட்களில் லைலா அழகாக அலங்கரித்துக்கொண்டு வெளியில் புறப்பட்டுவிடுவாள். வெகு நேரம் கழித்தே திரும்பி வருவாள்.

அவள் எங்கே போகிறாள்? யாருக்கும் தெரியாது.

அவள் போகும் வழிகளில் ரகசியமாய்ச் சென்று, அந்தத் துர்கந்தத்தை நானும் சுவாசித்திருக்கிறேன். ஆழ்ந்த பார்வையுடைய அந்தக் கண்களை நினைத்து நினைத்துத் தூக்கம் வராமல் புரண்டிருக்கிறேன். தூக்குத் தண்டனை விதிக்கப்பட்ட கைதி, முந்தின நாள் இரவில், ராஜசபையின் நர்த்தகியுடன் கூடிக்குலாவக் காணும் கனவாய் நானும் கனவு கண்டு உன்மத்தனாயிருந்திருக்கிறேன்.

லைலாவின் கணவன் சோமனை அறிமுகப்படுத்திக் கொள்ள எனக்கு ஒரு வாய்ப்பு கிடைத்தது. சாந்தமாய்ப் பேசக்கூடிய அறிவான நல்ல மனிதன் அவன். ஒருநாள் நான் ஆபீஸுக்குப் போகும் வழியில் காரை நிறுத்தி சோமன் சொன்னார்.

''பஸ் ஸ்டாப்புக்குன்னா ஏறிக்கோங்களேன்.''

காரில் லைலாவும் இருந்தாள். சோமன் அவளை அறிமுகப்படுத்தினான். அவள் என் கண்களை உற்றுப் பார்த்து பூடகமாக ஒரு சிரிப்பு சிரித்தாள். கார் முழுவதும் சுகந்த மணம் நிரம்பியிருந்தது. அந்த மணம் அன்று என்னை ஆபீஸுக்குப் போகவிடவில்லை. சுயநினைவில்லாமல் நடுராத்திரிதான் நான் வீட்டிற்கு வந்தேன்.

ஒருநாள் காலையில் நான் ஆபீஸில் கணக்கெழுதிக் கொண்டிருந்தபோது, அந்தச் சுகந்தத்தின் பெரும் அலை என்னை அடித்து நிமிரவைத்தது.

என் எதிரில் பட்டுப் புடவையில் மின்னும் அழகுடன் லைலா.

''ஆர்.டி.ஓ. ஆபீஸில் யாரையாவது பாலச்சந்திரனுக்குப் பழக்கம் உண்டா?''- அவள் கேட்டாள்.

ஒரு கார் லைசன்ஸுக்காக வந்திருந்தாள். சிவில் ஸ்டேஷனில், என் ஆபீஸுக்கு மேலேதான் ஆர்.டி.ஓ ஆபீஸ். நான் லைலாவை அழைத்துக்கொண்டுபோய் அந்த வேலையை முடித்துக்கொடுத்தேன்.

பிறகொரு முறை வேறு ஏதோ காரணத்திற்காக சிவில் ஸ்டேஷனுக்கு லைலா வந்தபோதும், என்னை வந்து பார்த்தாள். பக்கத்திலிருந்த ஹோட்டலில் அமர்ந்து காபி குடித்துக்கொண்டே சிறிது நேரம் பேசிக்கொண்டிருந்தோம்.

''என்ன சென்ட் போடறீங்க லைலா நீங்க?''

மிக அருகாமையில் அந்த வாசனையை இழுத்தபடி நான் கேட்டேன்.

''Poison''

''விஷம்!'' - நான் அதிர்ந்தேன்.

''இல்ல, இல்ல'' - லைலா வெடித்துச் சிரித்தாள் ''Poison என்ற பேரில் விலை உயர்ந்த ஸ்பிரே இது. கல்ஃபிலிருந்து வந்த ஒரு நண்பர் கொடுத்தார்''

''ஓ... பொட்றேகாடின் நாவல் ஞாபகம் வந்திடுச்சு எனக்கு.''

''என்ன அது?''

''விஷக்கன்னி''

''சரிதான். அதுக்கு நான் கன்னியில்லயே.''

லைலா மீண்டும் சிரித்தாள்.

''அது போகட்டும், இந்த ''விஷக்கன்னி,'' என்ன கதை அது?''

''மிக அழகான பெண்ணுக்குக் கொடும் விஷத்தைக் கொஞ்சம் கொஞ்சமாகத் தினமும் கொடுப்பார்கள். காலம் போகப் போக அவள் விஷமேறிப்போயிருந்தாள். அவளை மோகித்தவர்கள் எல்லாம் உடனே இறந்துபோனார்கள். பழங்காலத்தில் ராஜகுமாரர்களைக் கொல்ல இதுபோன்ற விஷகன்னிகளைத் தயார்ப்படுத்தி வைத்திருந்தார்களாம்''

நான் விளக்கமாகச் சொல்லிக்கொண்டிருந்தேன்.

''வொண்டர்ஃபுல்.''

லைலாவின் கண்களில் தீப்பொறி பறப்பதை நான் பார்த்தேன். சிறிது நேரம் மௌனத்தில் கடந்தது. இடையில் காபி குடித்தோம். திடீரெனப் பேசினாள்.

"நிர்மலா என்று எனக்கொரு ஸ்நேகிதி இருக்கிறாள். சமீபத்தில் கணவனிடமிருந்து விவாகரத்து வாங்கிக்கொண்டாள். அவள் ஒரு நாவல் எழுதியிருக்கிறாள். அவளுக்கு உங்களை அறிமுகப் படுத்திக்கணும்னு ரொம்ப ஆசை. நான் அவளை ஒருநாள் கூட்டிட்டு வரட்டுமா?"

நான் யோசித்தேன். விவாகரத்துப் பெற்றவள். நாவலும் எழுதியிருக்கிறாள். ஏதாவது பெண்ணியவாதியாயிருப்பாளோ?

"அய்யோ வேண்டாம் லைலா. என்னுடைய சுபாவம் அவ்வளவு நல்லதில்லை, வேண்டாம்."

சுயமாக என்னைத் தாழ்த்திக்கொண்டு நான் தப்பித்துக் கொண்டேன். லைலா போய்விட்டாள். அந்த விஷ சுகந்தம் என்னுள்ளே நீண்ட நேரம் மந்தாரமிட்டிருந்தது.

அன்று, டெல்லியிலிருந்து என்னுடைய பணக்கார நண்பனொருவன் வந்திருந்தான். அவனைப் பார்ப்பதற்காக நகரத்தில் மிகப் பெரிய அந்த ஹோட்டலுக்குப் போயிருந்தேன். இருட்டத் தொடங்கிய நேரமது. வெளியே போயிருந்த அந்த நண்பன் வருவதற்காக வரவேற்பறையில் காத்திருந்தபோது, லிஃப்டிலிருந்து நடுத்தர வயதுடைய ஒரு சினிமா இயக்குநருடன் லைலா இறங்கி வந்துகொண்டிருந்தாள். அவனுடைய வலது கை, அவளுடைய இடுப்பை அணைத்திருந்தது. அவன் குடித்திருக்கிறான் என்பது சர்வ நிச்சயமாகத் தெரிந்தது.

நான் சட்டென ஒரு பேப்பரை எடுத்துப் படிப்பதுபோல முகத்தை மறைத்துக்கொண்டேன். அவர்கள் என்னைக் கடந்து போனார்கள். என்னைத் தாண்டியவுடன் நான் ஒளிந்திருந்து பார்த்தேன். அங்கு நின்றிருந்த பென்ஸ் காரில் ஏறப்போன லைலா, நான் எதிர்பார்க்காத நேரத்தில் என்னைத் திரும்பிப் பார்த்தாள். எங்களுடைய கண்கள் ஒரு நிமிடம் உரசிக்கொண்டன.

மறுநாள் காலையில் என் மனைவி அலுவலகத்திற்கும், மகன் பள்ளிக்கூடத்திற்கும் போனபிறகு நான் மெதுவாக அலுவலகத்திற்கு கிளம்பிக்கொண்டிருந்தேன். அப்போது காலிங்பெல் அழைத்தது.

கதவைத் திறந்தபோது என் முன்னால் சிவப்பு நிற நைட்டி அணிந்து லைலா நின்றுகொண்டிருந்தாள். குளிக்காமல், அலங்கரித்துக் கொள்ளாமல், சுகந்த மணமில்லாத லைலா.

சட்டென உள்ளே வந்து, வெளியில் ஒருமுறை பார்த்துவிட்டு, கதவை அடைத்துத் தாழிட்டபடி சொன்னாள்.

"நேத்து பாத்தபோது பேச முடியல. தப்பா நெனக்க வேண்டாம்."

நான் ஒன்றும் பேசாமல் சட்டையின் பட்டனைப் போட்டுக் கொண்டிருந்தேன்.

"என்னைத் தப்பா நெனச்சுக்கக் கூடாது. நிர்மலாவோட நாவலை சினிமா எடுக்கற விஷயமா பேசத்தான் நான் அவரைப் பார்க்கப் போனேன். அது..."

"நான் ஒண்ணும் நெனக்கல. ஒண்ணும் கேக்கவும் இல்ல. எனக்கு இதெல்லாம் தெரியவும் வேண்டாம். இதெல்லாம் தெரிஞ்சுக்க வேண்டிய அவசியம் எனக்கென்ன இருக்கு"

அவளைப் பேசவிடாமல் இடைமறித்தேன்.

"அதில்லை. சோமன்கிட்ட இதுபத்திச் சொல்லிடாதீங்க. சோமனுக்குத் தெரிந்தால், பெரிய பிரச்னையாயிடும்"

அவளுடைய குரலில் பயம் தெளிவாய்த் தெரிந்தது. அவளுடைய குலைந்த உடலைத் தலைமுதல் கால் வரை பார்த்தேன். அவள் நடுங்கிப் போனாள்.

"என் மகளுக்காகவாவது நீங்க எதையும் சோமனிடம் சொல்லக் கூடாது ப்ளீஸ்."

அவளுக்குத் தொண்டை அடைத்தது. கண்கள் நிறைந்தன. நான் நிராயுதபாணியானேன்.

''சரி நான் சொல்லல.''

''ப்ராமிஸ்?''

மனிதனை வதைத்துக் கொல்லும் சக்தியுடைய ஒரு சிரிப்பை உதிர்த்தவள், என் கன்னத்தில் செல்லமாய்த் தட்டியபடியே சொன்னாள்.

''நல்ல பிள்ளை.''

லைலா போய்விட்டாள். அவளின் ஸ்பரிசத்தினால் ஏற்பட்ட புளகாங்கிதத்தால் நான் பைத்தியக்காரன்போல விழித்தபடி நின்றிருந்தேன்.

அன்றிரவு தூங்கும்போது எனக்குக் குமாரன் ஆசானின் வரிகள் நினைவுக்கு வந்தன.

''கண் ஜாடையாலே பாவக் கடலின் சுழலில் ஆழ்த்தும்

பெண்கள் புழுவால் தின்னப்பட்டு உதிர்ந்துபோவார்கள்''

கொஞ்ச நாட்களுக்குப் பிறகு ஒரு நடு இரவில் காலிங்பெல் முழங்கியது என் வீட்டில். நான் போய்க் கதவைத் திறந்தேன். அடுத்த ஃப்ளோரில் குடியிருக்கும் ஒரு பத்திரிகையாளர்,

''பாலா, லைலாவோட வீட்ல ஏதோ பிரச்னை. சத்தம் கேக்குது. போய் என்னான்னு பார்க்கலாம் வா''

நாங்கள் போனபோது லைலாவின் வீட்டு வாசலில் பக்கத்து வீட்டுக்காரர்கள் சிலர் கூடியிருந்தார்கள். வெள்ளைப் பெட்டிக்கோட் மட்டும் அணிந்திருந்த தாரா, அழுதுகொண்டே படியிறங்கிப் பக்கத்து வீட்டுக்குள் போனாள். பின்னாலேயே ஜீன்ஸ் பேன்ட்டும் சட்டையும் அணிந்த ஒரு வாலிபன் கடகடவென இறங்கி பைக்கை ஸ்டார்ட் செய்து பறந்து போனான்.

நானும் அந்தப் பத்திரிகையாளர் நண்பரும், மேலே ஏறிப்போனோம், ஓங்கித் தட்டியபோது லைலா வந்து கதவைத் திறந்தாள். அவள் அதிகமாகக் குடித்திருந்தாள். அவள் அணிந்திருந்த மெல்லிய நைட்டி அவளின் உடல் வனப்புகள் முழுவதும் வெளிக்காட்டிக்கொண்டிருந்தது.

"சாழி... அயாம் சாழி"

குழையும் நாக்கால் கஷ்டப்பட்டு, நிற்கமுடியாமல் கதவைப் பிடித்தபடி நின்றுகொண்டு, அவள் சொன்னாள்.

பிரச்னை பெரிதாகிவிடும் என்று நினைத்த நானும் நண்பரும் மெல்ல அங்கிருந்து வெளியேறினோம்.

அங்கே என்ன நடந்தது என்று யாருக்கும் தெரியாது.

மறுநாள் காலையில் லைலா என் வீட்டுக்கு வந்தாள். வீங்கிய முகம். சிவந்த கண்கள். வீங்கித் தளர்ந்த கண் இமைகள்.

"சோமன்கிட்ட சொல்லக் கூடாது அதானே?":- நான் கோபத்தோடு கேட்டேன்.

"ஆமாம்."

தொண்டையில் சிக்கி இடறின குரல் ஒன்று அவளிடமிருந்து வந்தது. எனக்குக் கோபம் வந்தது.

"இங்க பாரு லைலா. நீங்க இங்க வாடகைக்குக் குடியிருக்கீங்க. நாங்க அப்படி இல்ல. உன்னால எதையும் செய்ய முடியும். ஆனால், இந்தக் காலனியில் நிறைய பெண்களும் வளர்ந்த பெண் குழந்தைகளும் இருக்கிறார்கள். உன்னைப்போல இல்ல."

லைலா தலையை உயர்த்தினாள். நிறைந்து வழியும் கண்களோடு கைகூப்பித் தேம்பினாள்.

"ப்ளீஸ்..."

என் வார்த்தைகள் வெளியே வராமல் பாதி வழியிலேயே ஆவியாயின.

''என் மகள்... என்...'' சொல்ல வந்ததை முழுமையாக்க அவளால் முடியவில்லை. எங்கோ சூன்யத்தில் இருக்கும் கைகள், அவள் குரல்வளையை நெரித்ததுபோல...

என் கோபம் தணிந்து நான் சாந்தமானேன். ''லைலா, நான் ஒருபோதும் உன்னைத் தப்பாகப் பேசவில்லை. ஆனால் இந்தக் காலனியில் எல்லோரும் உனக்கு எதிராக இருக்கிறார்கள். அதை நீ மறக்க வேண்டாம். நீ இப்போ போகலாம். இனி இங்கே வர வேண்டாம் ப்ளீஸ்.''

குனிந்த தலையுடன் லைலா இறங்கிப் போனாள்.

அதிக நாள் காத்திருக்காமல் லைலா வீடு மாற்றிக்கொண்டு போனாள். நகரில் இன்னோர் இடத்தில் பெரிய வீடு ஒன்றை வாடகைக்கு ஏற்பாடு செய்து போய்விட்டாள் என்பதைத் தெரிந்துகொண்டேன்.

ஒருநாள் நான் அந்த வழியாக வரும்போது லைலாவைப் பார்த்தேன்.

''வீட்டுக்கு வந்திட்டுப் போங்களேன்'' என்ற அந்த அழைப்பை மீற முடியவில்லை.

அங்கே லைலாவுடன் அவள் மகள் தாராவும், டியூஷன் டீச்சரும், வேலைக்காரியும் இருந்தார்கள். சோமன் டூர் போயிருப்பதாக லைலா சொன்னாள்.

அது நல்ல வசதியான இரண்டடுக்கு மாடி வீடு. லைலா இப்போது மேலும் அழகாக இருந்தாள். உல்லாசப் பிரியையாகவும் இருந்தாள்.

காபி குடிக்கும்போது, லைலா வாய் மூடாமல் பேசிக்கொண்டே இருந்தாள். மகள் தாரா நன்றாகப் படிக்கிறாள், பத்தாம் வகுப்பில் நல்ல

ரேங்க் எதிர்பார்க்கிறாள். அவளை என்ஜினியராக்க வேண்டும் என்பதுதான் சோமனின் கனவு. ஊரின் நடுவில் நல்ல இடம் வாங்கி வீடு கட்ட வேண்டும், இப்படியான கனவுகளில் பேசினாள்.

நிறைய நேரம் பேசிக்கொண்டிருந்துவிட்டு நான் கிளம்பினேன். ஒருமுறை குடும்பத்தோடு வீட்டிற்கு வரவேண்டும் என்ற சம்பிரதாய அழைப்பிற்குப் புன்னகைத்து விடைபெற்றேன்.

திரும்பி வரும்பொழுது எனக்கு இனம் புரியாத சந்தோஷம் ஏற்பட்டது. லைலாவின் சந்தோஷம் எனக்கும் தொற்றிக்கொண்டதோ? சந்தோஷம் என்பது தொற்றிக்கொண்டு சுகம் தருவதுதானா?

ஒருநாள் இரவில் மாருதி காரில் லைலா போவதைப் பார்த்தேன். அந்தக் காரை ஓட்டியது சோமன் அல்ல. யாராக இருந்தால் எனக்கென்ன? இதை நான் வெளிப்படையாக நினைத்தாலும் உள்ளுக்குள் அதைத் தெரிந்துகொள்வதில் எனக்கோர் ஆர்வம் இருந்தது.

இதற்கிடையில்தான், எங்கள் காலனியில் லைலாவின் ஸ்நேகிதியான ராதிகா என்ற பெண் தூக்குப் போட்டுக்கொண்டு செத்துப்போனாள். மரணத்தின் தகிப்பில் ஒரு வாரம் கடந்திருந்தபோது, எனக்கொருப் போன் கால் வந்தது.

"நான் லைலா பேசறேன். சாயந்தரம் உங்களுக்கு என்ன புரோகிராம்."

"சொல்லிக்கற மாதிரி எதுவுமில்லை."

"அப்படீன்னா இங்க வர முடியுமா? முக்கியமான ஒரு விஷயம் உங்ககிட்ட பேசணும்"

மாலையில் நான் லைலாவின் வீட்டிற்குப் போனேன். அங்கே அவளும் வேலைக்காரியும் மட்டுமே இருந்தார்கள். சோமன் அலுவலக வேலையாக டெல்லிக்குப் போயிருப்பதாகவும், தாரா ஸ்கூலிலிருந்து பிக்னிக் போயிருப்பதாகவும் லைலா சொன்னாள்.

''வாங்க நாம மேல போகலாம்.''

மாடியில் ஒரு பெரிய அறை. நடுவில் ஒரு கட்டில். ஜன்னலுக்குப் பக்கத்தில் இரண்டு சேர்களும் ஒரு டீபாயும் போடப்பட்டிருந்தன. ஓர் அலமாரியும் இருந்தது.

''நான் இதோ வந்திடறேன்.''

ஏ.ஸி-யை ஆன் செய்த லைலா கீழே போனாள். ஒரு சேரில் நான் உட்கார்ந்து சிகரெட்டைப் பற்ற வைத்தேன்.

சிறிது நேரத்தில், ஒரு ட்ரேயில் டம்ளர்களும், ஐஸூம் தண்ணீரும், அரிந்த எலுமிச்சைப் பழத்துண்டுகளும், பொன்னிறமாய் வறுத்த முந்திரிப் பருப்புமாய் லைலா மேலே வந்தாள்.

அவள் புடவையை மாற்றிவிட்டு இப்போது நீலநிறத்தில் கௌன் அணிந்திருந்தாள்.

ட்ரேயை டீபாயில் வைத்துவிட்டு அலமாரியைத் திறந்து ஒரு பாட்டில் ஜின் எடுத்தாள்.

''பிரச்னையில்லையே பாலச்சந்திரன்''

லைலா என்னைப் பார்த்து மந்தகாசமாய்ப் புன்னகைத்தாள்.

''என்ன பிரச்னை? எனக்கு சந்தோஷமே.''

முதல் சுற்றுக் கோப்பைகள் காலியானபோது, சிகரெட் ஒன்றைப் பற்றவைத்தபடி லைலா பேசத் தொடங்கினாள்.

என்னுடைய நண்பனான ஒரு டைரக்டர், மனைவியையும் மகளையும் கவனித்துக்கொள்ளாமல் லாட்ஜில் அறையெடுத்து நீண்ட நாட்களாய் தங்கியிருக்கிறார். அவருடைய மகள் லைலாவின் உதவியை எதிர்பார்க்கிறாள். அவரிடம் பேசி, குடும்பப் பிரச்னையைத் தீர்க்க, என்னால் உதவ முடியுமா? என்பதுதான் லைலாவின் கேள்வி.

இந்த விஷயத்தில் என்னால் எதுவும் செய்ய முடியாது என்றும்

அந்த டைரக்டர் மிகவும் மோசமானவன் என்றும் நான் விவரமாய் அவளுக்குப் புரியவைத்தேன்.

வேலைக்காரி நடுவில் சூடான வடையும் சட்னியும் கொண்டு வந்து வைத்துவிட்டுப் போனாள். வேலைக்காரியைப் பார்த்ததும் என் இருப்பு எப்படியோ ஆனது. அதை லைலா கவனித்தாள்.

"பயப்பட வேண்டாம் பாலச்சந்திரன், அவள் வெறும் வேலைக்காரி இல்லை. என் மனசாட்சியைப் பத்திரப்படுத்தும் பாதுகாப்புப் பெட்டகமும் கூட"

அடுத்த சுற்றுக்காகக் கண்ணாடிக் கோப்பைகள் மீண்டும் நிறைந்தன. லைலா சேரிலிருந்து எழுந்து கட்டிலில் காலை நீட்டிச் சுவரில் சாய்ந்து உட்கார்ந்து கோப்பையை உறிஞ்சினாள்.

அவளுடைய ஆடை விலகின கணுக்காலையும், அதைப் புணர்ந்து கிடக்கும் பொற்சிலம்பையும், நான் கண்களால் வருடினேன். என்னுடைய பார்வை புரிந்ததும் அவள் சட்டென காலை இழுத்து கௌனை இறக்கிவிட்டாள்.

நான் அடுத்த சிகரெட்டைப் பற்றவைத்தேன்.

"உங்க மனைவி இன்னொருத்தரை விரும்பினா நீங்க என்ன செய்வீங்க?"

எதிர்பார்க்காத ஒரு நொடியில் லைலா கேட்டாள்.

"என்ன செய்யறது? நான் கொஞ்சநாள் போனதும், வேற ஒரு நல்ல பெண்ணாய்த் தேடிக்கொள்வேன். அவ்வளவுதான்."

சொல்லிவிட்டு நான் வெடித்துச் சிரித்தேன். லைலாவுக்குச் சிரிப்பு வரவில்லை. அவள் அழுத்தமாகக் கேட்டாள்.

"இந்த மாதிரியான சம்பவங்களால் குழந்தைகள் கஷ்டப்படுமே"

நான் ஒன்றும் பேசவில்லை.

சுவாரஸ்யமில்லாத ஒரு நிசப்தம் நிமிடங்களைக் கம்பீரமாய் ஆட்சி செய்தது.

"சோமனோடு என்னால் எந்தவிதத்திலும் பொருந்திப் போக முடியல. நான் இன்னொருத்தரை விரும்பறேன். அவரில்லாமல் என்னால் வாழ முடியவில்லை."

யாரிடமென்றில்லாமல் லைலா பேசினாள்.

எனக்கு எந்த அதிர்ச்சியும் ஏற்படவில்லை. இவளைப் பற்றி என்னவெல்லாம் கேள்விப்பட்டிருக்கிறேன். சிலவற்றை நானே பார்த்திருக்கிறேனே! அதனால் அதைப் பற்றி எந்த விளக்கத்தையும் கேட்க எனக்கு ஆர்வம் ஏற்படவில்லை.

"நான் வெளியில் பாக்கத்தான் சந்தோஷமா இருக்கற மாதிரி இருக்கிறேன். உள்ளுக்குள்ள தினமும் அழறேன். முக்கியமா என்னோட மகளை நெனச்சா எனக்கு ஒரு வழியும் புரியல, தாங்கவே முடியல."

லைலா மீண்டும் அவளுக்குள் ஓடும் பிரச்னைகளில் என்னை இணைக்க முயற்சித்தாள்.

"நாசம்!" இதுக்குதானா என்னை இவள் கூப்பிட்டாள். எனக்கு எரிச்சலாக இருந்தது.

"ராதிகாவின் தற்கொலையைப் பத்தி நீங்க என்ன நெனைக்கறீங்க?"

லைலா சட்டென என்னை நரகத்தில் தூக்கிப்போட்டாள். என் மனம் இருண்டது. நிறைந்திருந்த கோப்பையை ஒரே மூச்சில் இழுத்தபடி நான் சொன்னேன்.

"அவள் மனநோயாளியாமே."

"நோ. நெவர்."

லைலா குதித்தெழுந்தபடி அலறினாள்.

நான் அதிர்ந்து போனேன்.

"ராதிகாவைப் பத்தி எனக்குத் தெரியும். நீங்க எல்லாம் சேர்ந்து அவளை மனநோயாளியா மாத்திட்டீங்க."

அருள் வந்து ஆடுவதுபோல லைலா துள்ளிக்கொண்டிருந்தாள்.

"சாரி பாலச்சந்திரன். என்னால கட்டுப்படுத்த முடியல."

கோப்பை நிறைய மீண்டும் ஊற்றிக்கொண்டு. ஒரே மூச்சில் குடித்துவிட்டு நான் சொன்னேன்.

"நான் வீட்டிற்குப் போக வேண்டும்."

"ஒரு நிமிஷம். நான் இப்ப வந்திடறேன்."

லைலா எழுந்து தடுமாறித் தடுமாறிக் கீழே போனாள்.

இங்கே வந்திருக்கவே வேண்டாம். நல்ல ஒரு மாலை. அலங்கோலமாகிவிட்டதே. துக்கமாயிருந்தது எனக்கு.

லைலா மீண்டும் மேலே வந்தாள்

"டாக்ஸி சொல்லியிருக்கேன். இப்ப வந்திடும்."

"டாக்ஸி எல்லாம் வேண்டாம். நான் ஆட்டோவிலேயே..."

"நோ பாலச்சந்திரன். இன்னக்கி என்னோட கெஸ்ட். வெளியிலப்போயி டின்னர் சாப்பிடணும்னுகூட நெனச்சேன். ஆனா எனக்கு மனசு சரியில்ல. ஐயாம் சாரி. உன்னை கஷ்டப்படுத்தியிருந்தால் மன்னிச்சுடு, ப்ளீஸ்."

"இட்ஸ் ஆல்ரைட்."

"இப்போது நீங்க டாக்ஸியிலேயே போனால் போதும். இங்க வந்ததும் நாம பேசினதும் எல்லாம் விஜயலக்ஷ்மியிடம் சொல்ல வேண்டாம். சொல்லுவியா?"

"இல்லை."

நான் உறுதியாய்ச் சொன்னேன். டாக்ஸி வந்தது. லைலாவிடம் சொல்லிவிட்டுக் கிளம்பினேன்.

''குட்நைட்''

''குட்நைட்''

வீட்டிற்கு வந்ததும் மனைவி கேட்டாள்.

''இன்னக்கிக் கொஞ்சம் அதிகமாச்சே. யாரு கம்பெனி?''

நான் பதில் பேசவேயில்லை. நேராக அறையில் போய்ப் படுத்துக்கொண்டேன்.

ஒரு மாதம் கடந்து ஒரு நாள் காலை, சக பத்திரிகையாள நண்பரிடமிருந்து ஒரு ஃபோன் கால் வந்தது.

''பாலா, நம்ப லைலாவோட மகளையும் வேலைக்காரியையும் யாரோ விஷம் கொடுத்துக் கொன்னுட்டாங்க. லைலாவையும் காணோமாம்.''

நான் அதிர்ந்து போனேன்.

ஆட்டோவில் லைலாவின் வீட்டிற்குப் போய் இறங்கியபோது போலீஸ் தாராவின் உடலையும், வேலைக்காரியின் உடலையும் ஆம்புலன்ஸில் ஏற்றிக்கொண்டிருந்தார்கள்.

முழுவதுமாய் உடைந்துபோயிருக்கும் சோமனின் தோளில் கை வைத்தேன்.

''நான் காலையில் வந்தபோதுதான் பார்த்தேன். லைலாதான் இதைச் செய்திருக்கிறாள். கடிதம் எழுதி வச்சிட்டுப் போயிருக்கா. அவ எங்கயோ போய், எப்படியோ தொலையட்டும். ஆனால் என் மகளைக் கொன்னுட்டாளே. என்னோட ஒரே மகளை தங்க விக்ரகமாட்டம் நான் வளர்த்த மகளைக் கொன்னுட்டாளே.''

சோமன் என் தோளில் முகம் அழுத்தி, விம்மி விம்மி அழுதார்.

நான் உறைந்துபோனவனாய் வீட்டிற்கு வந்து தளர்ந்து படுத்தேன். மதியமானபோது மீண்டும் அந்த நண்பரின் ஃபோன் வந்தது.

"பாலா. லைலாவோட பாடி கடலிலிருந்து கிடைத்ததாம். போட்ஜெட்டிகிட்ட மிதந்ததாம். வெண்டுருத்தி பாலத்தின் மேலேயிருந்து குதித்தாளாம்"

என் மன ஆழத்தில் குமாரன் ஆசானின் அந்த நரக வரிகள்தான் அப்போதும் கேட்டன.

"கண் ஜாடையாலே பாவக் கடலின் சுழலில் ஆழ்த்தும்

பெண்கள் புழுவால் தின்னப்பட்டு உதிர்ந்து போவார்கள்."

அம்மா

"மகாத்மா காந்தியின் சுயசரிதம் இருக்கா?"

அட்லாண்டிக் சமுத்திரக் கரையோரம் கோட்டன்பெர்க் துறைமுக நகரில் நடைபெறும் சர்வதேசப் புத்தகக் கண்காட்சியில் புத்தகங்களைப் பார்த்துக்கொண்டே நடக்கும்போது விழுந்த இந்தக் கேள்வியால் நான் திரும்பி நின்று பார்த்தேன்.

தவிட்டு நிறத்தில் ஓவர் கோட்டும் கம்பளித் தொப்பியும் கையுறைகளும் அணிந்த வயதான ஒரு நீக்ரோ பெண்மணி, புத்தகக் கடையில் பொன்னிற முடியுள்ள ஸ்வீடிஷ் பெண்ணிடம் கேட்டதைத்தான் நான் கேட்டேன்.

"மகாத்மா காந்தியின் சுயசரிதம் இருக்கா?"

"இல்லை. இந்தக் கடையில் ஸ்வீடிஷ் மொழியில் உள்ள புத்தகங்கள் மட்டும்தான் இருக்கின்றன."

"ஸ்வீடிஷ் மொழியில் மகாத்மா காந்தியின் சுயசரிதம் இல்லையா?"

"இல்லை."

"எவ்வளவு தரித்திரம் பிடித்தது இந்த ஸ்வீடிஷ் மொழி?" என்று முணுமுணுத்துக்கொண்டே அந்த முதியவள் அடுத்த புத்தகக் கடைக்கு

நகர்ந்தாள். எனக்கு அந்த முதியவளை அறிமுகப்படுத்திக்கொள்ள ஆசை வந்தது. அவளிடம் போனேன் நான் ஸ்வீடிஷ் மொழியில் பேசினேன்.

''நான் ஒரு இந்தியக் கவிஞன்''

''மிகவும் நல்லது''

அந்த முதியவள் தலை உயர்த்திச் சிரித்தவாறு சொன்னாள்.

1997 நவம்பர் ஒன்றாம் தேதியன்று தென்னாப்பிரிக்காவில், மார்த்தா என்ற அந்த முதிய பெண்மணியின் அறிமுகம் இப்படித்தான் எனக்குத் தொடங்கியது.

அடுத்த கடையில் ஆசிய மொழியில் மகாத்மாவின் சுயசரிதத்தையும் வேறு சில புத்தகங்களையும் அந்த அம்மா வாங்கினார்.

ஐரோப்பாவின் பல பகுதிகளில் இருந்தும் புத்தகவிழாவைக் காண எழுத்தாளர்களும் புத்தகப்பிரியர்களும் வந்திருந்தார்கள். நல்ல கூட்டம். எல்லாவற்றையும் ஒருமுறை பார்ப்பதற்கே இரண்டு நாட்கள் ஆகும்.

நிறைய சுற்றிப் பார்த்த பின், நானும் மார்த்தா அம்மாவும் புத்தகக் கடைகளைவிட்டு வெளியே வந்தோம்.

ஸ்வீடனில் இப்போது வசந்த காலம்.

காலை பதினோரு மணியாகிறது. கடும் குளிர் அடிக்கிறது. சூரிய ஒளி சுத்தமாக இல்லை. கம்பளி ஆடைகள் அணிந்து, மக்கள் வீதியில் சோம்பேறித்தனமாய் நகர்ந்து கொண்டிருக்கிறார்கள். வாகனங்கள் மட்டும் ரோட்டில் பறந்து கொண்டிருந்தன. புராதனமும் நவீனமும் கலந்த மனோகரமான கட்டடங்களும், பொன்னிற இலைகளுடன் சில்லர்பார்ச் மரங்களும் ஓக் மரங்களும் மேப்பிள் மரங்களும் சாலையோரத்தில் பனியில் உறைந்துபோய் நின்று கொண்டிருக்கின்றன.

''அம்மா எப்படிப் போவீங்க?''

''குங் அல்வ் என்ற இடத்திற்கு நான் போக பஸ் இருக்கிறது''

அம்மா சிரித்தபடி சொன்னாள்.

''இன்று இந்தியாவில் தனி சமஸ்தானமாகக் கேரளாவைப் பிரித்த தினமாகும். அதனால் என் தேசத்துக்காக என்னோடு கொஞ்சம் ஒயின் அருந்த நீங்கள் வர வேண்டும். அதோ தெரிகிறதே அதுதான் நான் தங்கியிருக்கும் ஹோட்டல்.''

கோட்டன்பெர்க்கில் புத்தகவிழா நடக்கும் மிகப் பெரிய கட்டடத்தின் பக்கத்தில் உள்ள ''ஸ்கான்டிக் ஒபாலன்'' என்ற ஐந்து நட்சத்திர ஹோட்டலில்தான் நான் தங்கியிருந்தேன்.

''கடவுளே, இது பெரிய பணக்காரர்கள் மட்டுமே தங்கும் ஹோட்டல்தானே. ஓர் இந்தியக் கவி இவ்வளவு செல்வந்தனா?''

அந்த அம்மா ஆச்சர்யத்தோடு என்னைக் கேட்டாள்.

''இல்லை. நான் ஸ்வீடிஷ் அரசின் விருந்தினராக வந்திருக்கிறேன். நான் தங்கும் செலவை எல்லாம் ஸ்வீடிஷ் அரசுதான் ஏற்றுக் கொள்கிறது''நான் விவரமாகச் சொன்னேன்.

ஸ்காண்டிக் ஹோட்டலில் கம்பீரமான மதுபான அறையில் உட்கார்ந்து 'காம்போ வ்யேஹோ' என்ற சிவந்த ஸ்பானிஷ் ஒயின் குடித்துக்கொண்டே மார்த்தா அம்மா, அவள் வாழ்வின் சில நினைவுகளை என்னோடு பகிர்ந்துகொண்டாள்.

மார்த்தா அம்மா தென்னாப்பிரிக்காவில் ஒரு தொடக்கப் பள்ளியில் ஆசிரியையாக இருந்தாள். அவளின் கணவர் ஆலன் இயந்திர வேலை செய்பவன். நான்கு ஆண் பிள்ளைகளும் இரண்டு பெண் பிள்ளைகளும் அவர்களுக்குப் பிறந்தார்கள். தென் ஆப்பிரிக்கச் சுதந்திரப் போராட்டத்தில் ஈடுபட்ட நான்கு ஆண் பிள்ளைகளையும், வெள்ளைக்காரன் பல சந்தர்ப்பங்களிலுமாகக் கொன்று தீர்த்தான். மூத்த மகளும் கணவனும் மெக்ஸிகோவில் டீக்கடை வைத்துப் பிழைத்துக்

கொண்டிருக்கிறார்கள். இரண்டாவது மகள் கோட்டன் பெர்கிலேயே துணி துவைத்துக் கொடுக்கும் கம்பெனியில் வேலை செய்கிறாள். அவளுடைய கணவர் நீல் கோட்டன்பெர்க்கில் டாக்ஸி டிரைவராக இருக்கிறான்.

இரண்டாவது மகளும் மருமகனும் வாழும் கோட்டன்பெர்க் என்ற நகரத்திலிருந்து கொஞ்சம் தள்ளி குங் அல்வ் என்ற இடத்தில்தான் மார்த்தா அம்மா தங்கியிருந்தாள்.

இந்தியாவைப் பற்றிய பல விஷயங்களையும் மார்த்தா அம்மா என்னிடம் கேட்டார். தெரிந்ததைப் பற்றி எல்லாம் நானும் சொன்னேன். புனர் ஜென்மம் என்பது பற்றித்தான் அந்த முதியவள் என்னிடம் தெரிந்துகொள்ள மிகவும் ஆசைப்பட்டாள். அதைப் பற்றி எனக்கொன்றும் தெரியாது என்றபோது அவள் மிகவும் நிராசையாகிப் போனது தெரிந்தது.

''இனி இவ்வளவு நேரமானதுக்கப்புறம் அம்மா தனியாகப் போக வேண்டாம். நான் டாக்ஸியில் கொண்டுபோய்விடறேன்''- அரை போதையிலும் நிதானமாக நான் கேட்டேன்.

நான் சொல்வதைக் கேட்டு மார்த்தா அம்மா என்னைக் கட்டித் தழுவிக் கன்னத்தில் முத்தமிட்டபடி சொன்னாள்.

''நீ ரொம்ப பிரியமானவனாகவும் இரக்கமுள்ளவனுமாகவும் இருக்கிறாய். சரி வா போகலாம்.''

நாங்கள் டாக்ஸியில் கிளம்பினோம். குங் அல்வ் என்ற இடத்தில் ஒரு சிறிய நதிக்கரையோரத்தில், சில்லர்பார்ச் மரங்களுக்கும் ரேப்பிள் மரங்களுக்கும் இடையில் சிவந்த வர்ணம் அடித்த சிறிய மர வீட்டின் முன்பாக டாக்ஸி நின்றது.

''நீ வீட்டுக்கு வந்துவிட்டு போ. நான் உனக்கு ஒரு கப் நல்ல பிரேஸில் காப்பி தருகிறேன்.'' மார்த்தா அம்மாவின் அழைப்பை ஏற்று உள்ளே போனேன்.

ஒரு நீக்ரோ பெண்தான் வந்து கதவைத் திறந்துவிட்டாள். அவளுடைய முடி கயிறுகள்போலப் பின்னி இருந்தது. அவளுடைய விசாலமான கண்கள் என் தலை முதல் கால் வரை ஓடிப் பரவியது.

''இந்தியாவிலிருந்து வந்த கவிஞன். புத்தக விழாவில்தான் அறிமுகமானோம்''

மார்த்தா அம்மா புத்தகக்கடையில் வாங்கிய புத்தகக் கட்டினை அவளிடம் கொடுத்தபடி என்னை அறிமுகப்படுத்தினாள்.

''என்னுடைய சின்ன மகள். மெயா''

அவள்என்னைப்பார்த்துச்சின்னதாய்ப்புன்னகைத்து உள்ளேபோனாள்.

வரவேற்பறையின் நடுவில் கணப்பு இருந்தது. அதற்குப் பக்கத்தில் உள்ள சேரில் அமர்ந்த நான், கைகளைச் சூடாக்கினேன். வறுமை சூழ்ந்த வீடு. பழைய சேர்களும் சோஃபாவும் போடப்பட்டிருந்தன. சுவரில் ஏசுநாதர் சிலுவையில் தொங்கும் உருவம்.

மார்த்தா அம்மா சில ஆல்பங்களைக் கொண்டு வந்து என் எதிரில் உள்ள சோஃபாவில் உட்கார்ந்தாள். அப்போதுதான் நான் கவனித்தேன். மார்த்தா அம்மா கம்பளிக் கை உறைகளை அவிழ்த்து வைத்திருந்தாள். அந்தக் கைகளில் சில விரல்களைக் காணாமல் நான் அதிர்ந்தேன்.

''உங்கள் விரல்கள் என்னாயின?''

நான் அதிர்வின் நுனியில் வெலவெலத்துப்போய்க் கேட்டேன்.

''போரில் என் ஒவ்வொரு மகனும் கொல்லப்பட்ட போதெல்லாம் அவர்களின் நினைவாக ஒவ்வொரு விரலாய் எங்கள் வழக்கப்படி நானே வெட்டிக்கொண்டேன். பத்து விரலும் வெட்டப்பட்டு, சில கால் விரல்களையும் இழந்த தாய்மார்கள்கூட எங்கள் இனத்தில் உண்டு''

மார்த்தா அம்மா சாந்தமாகச் சொன்னாள். என்னால் எதுவும் சொல்ல முடியவில்லை. நான் துக்கத்தின் உச்சத்தை எட்டியிருந்தேன்.

பாதி ராப்பாட்டு

அது ஒரு பழைய கதை. மருத்துவம் பயில அனுமதி கிடைத்த ஒரு மாணவி உடுத்தியிருக்கும் ஆடைக்கு மாற்றாடையில்லாத ஒரு தெருப் பொறுக்கியோடு ஓடிப்போனாள். ஒரு நடுத்தரவர்க்கக் குடும்பத்தின் நீண்டநாள் கனவு அத்துடன் தகர்ந்துபோனது.

அந்தத் தெருப் பொறுக்கி வேறு யாருமல்ல, நான்தான். அந்த மாணவி என் மனைவி விஜயலட்சுமி.

கவிதை எழுதியும் வாசித்தும் இரந்தும் கிடைக்கும் அற்ப வருமானத்தில் நான் அவளைக் காப்பாற்றிக்கொண்டிருந்தேன். ஆயிரம் தினங்களுக்குப் பிறகு அவளுக்குத் தபால்துறையில் குமாஸ்தா வேலை கிடைத்தது. பயிற்சி திருவனந்தபுரத்தில்.

பல பேரிடம் கடன்பெற்ற கொஞ்சம் பணத்துடன் விஜயலட்சுமியையும் அழைத்துக்கொண்டு நான் திருவனந்தபுரம் வந்து சேர்ந்தேன். தைக்காட்டிலுள்ள ஒரு மகளிர் விடுதியில் அவளுக்குத் தங்குவதற்கு ஏற்பாடு செய்துவிட்டு நான் வெளியேறினேன்.

இரவு எட்டுமணி. கையில் 14 ரூபாய் இருக்கிறது. இன்று ஆசுவாசத்தின் தினம். நான் நேராகத் தம்பானூருக்குச் சென்றேன்.

தம்பானூரில் ஒரு சாராயக்கடையில் முன்னூறு மில்லி பட்டைச் சாராயத்தையும் இரண்டு பருப்புவடையையும் இரவு உணவாக முடித்துக்கொண்டு வெளியேறினேன்.

நல்ல நிலவொளி. நான் அண்ணாந்து பார்த்தேன். தெளிவானம். பூர்ணச் சந்திரன். இன்று சித்ரா பௌர்ணமி. சங்குமுகம் கடற்கரைக்குப் போய்விடலாம். அங்கே தனிமையில் ஒரு கவிதை எழுத வாய்ப்பு கிடைக்கலாம். காலையில் அதைக் 'கலாகௌமுதி'யில் ஜெயச்சந்திரன் சாரிடம் கொடுத்தால் இருபத்தைந்து ரூபாய் கிடைக்கும்.

கடற்கரையில் ஜனத்திரள். நிலவொளி பரந்திருக்கும் கடலைப் பார்த்தபடி அரவமற்ற ஒரு பகுதியில் நான் அமர்ந்தேன். ஜனத்திரள் மெல்ல அகன்று செல்லத் தொடங்கியது. கடற்கரை அமைதியானது. ஆகாயமும், நட்சத்திரமும், அலை பொங்கியெழும் கடலும், நிலவும், நானுமானோம்.

எல்லாவற்றையும் மறந்து நான் அமர்ந்திருந்தேன்.

மனோகரமான சித்ரா பௌர்ணமி, அமைதியான ஆகாயம். ஸ்ரீபத்மநாபன் பள்ளிகொள்ளும் பாற்கடல்போல நிலவு பரந்திருக்கும் அரபிக்கடல். அமைதியான கடற்காற்று. ஒளி ஆண்டுகளுக்கு அப்பால் நின்றுகொண்டு என்னைப் பார்த்து நடுங்கும் ஒற்றை நட்சத்திரம்.

பாதையில் ஒரு ஆட்டோரி, ரிக்ஷா வந்து நின்றது. மூன்று பேர் இறங்கினார்கள். இரண்டு ஆண்களும் குள்ளமான தடித்த ஒரு பெண்ணும் கரையில் ஏற்றி வைக்கப்பட்டிருந்த ஒரு பெரிய படகை நோக்கி அவர்கள் நடந்தார்கள்.

தூரத்தில் அமர்ந்திருக்கும் என்னைப் பார்த்து அவர்கள் நின்றனர். ஒருவன் என்னை நோக்கி நடந்துவந்தான். அடுத்தவனும் பெண்மணியும் படகின் மறைவிற்குச் சென்றனர்.

அந்த ஆள் என்னருகே வந்தான்.

"யாரது?"

தடித்த குரலில் அவன் அதட்டினான். குடித்திருப்பதாகத் தோன்றியது. நான் பேசவில்லை. பயமாயிருந்தது.

கனத்த மீசையுடன் கூடிய உயரமான அவன் கட்டம் போட்டச் சட்டையும், பாண்டும் அணிந்திருந்தான். என்னருகே அமர்ந்து பீடி பற்றவைத்தான். ரத்த நிறக் கண்கள் மின்னின.

"பீடி வேணுமா?" அவன் ஒரு பீடியை நீட்டினான்.

நான் அதை வாங்கிப் பற்றவைத்தேன்.

"இங்கேயென்ன செய்றே?" அவன் விசாரித்தான்.

"வேலை தேடி வந்தேன். அறையெடுக்கக் கையில் காசில்லை. விடியும் வரை இங்கேயே உட்கார்ந்து பொழுதைக் கழிக்கலாமென்றிருக்கிறேன்."

நான் தாழ்மையோடு சொன்னேன்.

அழுத்தமாக 'உம்' கொட்டியவாறே அந்த ஆள் எழுந்து போனான்.

படகின் மறைவில் என்ன நடக்கும் என்பதை என்னால் ஊகிக்க முடிந்தது. தனிமை தடைபட்டதால் சிந்தனையோட்டம் தகர்ந்தது. எனக்கு அடக்க முடியாத கோபம் தோன்றியது. நாசம்.

சிறிது நேரம் சென்றபோது படகு மறைவிலிருந்து முதலாமவன் வெளியேறுவதையும் சட்டையின் பொத்தான்களைச் சரிப்படுத்தியவாறே ரோட்டில் நின்றிருந்த ஆட்டோ ரிக்ஷாவைப் பார்த்துப் போய்க்கொண்டிருப்பதையும் பார்த்தேன்.

மணலைத் தோண்டிக் குழியுண்டாக்கியவாறே என் கோபத்தைத் தணித்தபடி நான் அமர்ந்திருந்தேன்.

தோணியின் மறைவிலிருந்து அந்தப் பெண்ணின் கடின வசவுகளைக் கேட்டு நான் திரும்பினேன். அந்த உயரமானவன்

வெளியேறி ஆட்டோ ரிக்ஷாவைப் பார்க்க ஓடினான். அவள் வசவுமழை பொழிந்தபடியே பின்னால் ஓடினாள். ஆண்கள் ஆட்டோவில் ஏறினார்கள். ஆட்டோ சென்றுவிட்டது. நடுத் தெருவில் நிறுத்தப்பட்ட அவள் காதால் கேட்க முடியாத வசவுச் சொற்களைப் பொழிந்தபடியிருந்தாள்.

என்ன நடக்கப்போகிறது என்பதையறியாமல் நான் எல்லாவற்றையும் கவனித்துக்கொண்டிருந்தேன்.

அவள் மீண்டும் பாதையிலிருந்து கடற்கரை இறங்கினாள். சற்றே நின்று என்னைச் சந்தேகத்துடன் பார்த்தாள். பின்னர் என்னருகே நடந்து வந்தாள்.

குண்டான குள்ளமான கறுத்த பெண்மணி, தாறுமாறாகச் சுற்றப் பட்டிருந்த பச்சை நிறப் புடவை. கறுப்பு நிற ஜாக்கெட்டின் ஊக்கை மாட்டிக் கொண்டே என்னிடம் கேட்டாள்.

"யாருடா நீ?"

"ஒரு வழிப்போக்கன்"

அவள் என்னருகே அமர்ந்தாள். கலைந்தவிழ்ந்திருந்த தலைமுடியைக் கோதிமுடித்தபடியே,

"அம்பது ரூபா தர்றதாச் சொல்லிக் கூட்டிட்டு வந்தானுங்க எமப் பயலுக. வேல முடிஞ்சதும் காசில்லன்றானுங்க. பதினஞ்சு ரூபா அட்வான்ஸ் வாங்கினதால அதாவது கெடச்சது" என்றாள்.

அவள் ரூபாய் நோட்டுகளை நீவிச் சரியாக மடக்கி ஜாக்கெட்டிற்குள் சொருகினாள்.

"இனி திரும்பப் போகணும்னா விடிஞ்சு பஸ் வர ஆரம்பிக்கணும். அவனுங்க பாம்பு கடிச்சு சாவ."

அவள் பிறகும் திட்டிக்கொண்டிருந்தாள்.

எனக்கு வயது இருபத்தினாலு. இந்தப் பெண்ணிற்கு நாற்பதாவது இருக்கும். அய்யோ பாவம்.

"அக்கா, கவலைப்படாதீங்க. நாம விடியிற வரை இங்கேயே உட்கார்ந்திருக்கலாம்."

ஆசுவாசப்படுத்தும் நோக்கில் நான் சொன்னேன். அக்கா என்று மரியாதையுடன் அழைத்தது அவளுக்கு விருப்பமுடையதாயிருக்க வேண்டும். சந்தேகத்தோடு என்னைப் பார்த்துக் கேட்டாள்.

"கையில காசிருக்கா?"

"ரெண்டு ரூபா இருக்கும்"

"ரெண்டு ரூபாய்க்கு உன் அம்மாட்ட போ." அவள் கோபத்துடன் சொன்னாள்.

"அய்யோ எனக்கொண்ணும் வேண்டாம். ஒரு துணையா இங்கே உட்காரலாம் என்றுதான் சொன்னேன்"

நான் வினயமாக விளக்கினேன். அவள் அற்புதமாக என்னைப் பார்த்தாள்.

"உன் பேரென்னடா?"

"பாலன்."

"இந்த நடுராத்திரில இங்கே என்னா செய்றே?"

"ஒரு வேலை தேடி வந்தேன். சரிப்படல. எப்படியாவது பொழுதைப் போக்கணுமே."

"அய்யோ பாவம்." அவள் அனுதாபப்பட்டாள்.

"உனக்கு நான் வேலை தர்றேன். எங்கூட தங்குறியா? கெடக்கறதுல மூணுல ஒரு பங்கு தர்றேன்"

நான் நடுங்கினேன். ச்சீ... சனியன். அசிங்கம். பொணம். நான் வெறுப்புடன் முகத்தைத் திருப்பிக் கொண்டு பேசாமல் அமர்ந்திருந்தேன்.

பாலசந்திரன் சுள்ளிக்காடு

''பையா கோச்சுக்கிட்டியா? வேண்டான்னா விட்டுடு. நான் ஒண்ணும் வற்புறுத்தல''

நான் ஒன்றும் சொல்லவில்லை.

''பையா, நான் நல்ல நிலையிலெல்லாம் இருந்திருக்கேன் தெரியுமா? ஓட்டலுக்கெல்லாம் போயிட்டிருந்தேன். அதுவும் டாக்ஸில. ஹூம்! இப்போ பழகிப்போனதால இப்படி''

''போதும் போதும்.''

நான் வெறுப்போடு சொன்னேன்.

''கோச்சுக்காதே. நேரம் போகணுமே? பொழுது விடியணுமில்ல?''

மிகவும் நயந்து அவள் பேசினாள். நான் ஒன்றும் பேசாமல் எழுந்தேன். அவள் என் கையைப் பிடித்து இழுத்தாள்.

''அய்யோ. என்ன விட்டுட்டுப் போயிடாதே. நான் இனி ஒண்ணும் பேசமாட்டேன். இங்கே ஒக்காரு தம்பி''

என் உள்ளம் உருகியது. பாவம் பெண்தானே. இங்கே தனியாக உட்கார்ந்திருக்கப் பயமாயிருக்கும். ரோட்டில் நடந்துபோனா போலீஸ் புடிச்சிக்கும். பாதி ராத்திரி வேற.

''அசிங்கமான பேச்செல்லாம் பேசக் கூடாது.'' நான் நிபந்தனை விதித்தேன்.

''இல்ல இல்ல.''அவள் அவசரமாக ஒத்துக்கொண்டாள். நான் மறுபடியும் அமர்ந்தேன்.

அவள் ஆழ்ந்த யோசனையில் இருந்தாள். இதயத்தின் அடியாழத்திலிருந்து வார்த்தைகள் வந்தன.

''என் புருஷனோட மருந்துச் செலவுக்குக் காசில்லாமக் கஷ்டப்பட்டப்பதான் நான் கெட்டுப்போனேன். தெரியுமா?''

''புருஷன் இருக்காரா?'' நான் ஆச்சரியப்பட்டேன்.''

"செத்துட்டாரு. என் செல்ல மகனும் செத்துப்போயிட்டான். நான் யாரும் இல்லாத அனாதையாயிட்டேன்."

அவள் குலுங்கி அழுதாள். நான் தர்மசங்கடத்துக்குள்ளானேன். ச்சே... இன்று யார் முகத்தில் விழித்தேன்!

"அழாதே அழாதே" நான் அவளுடைய முதுகைத் தடவி ஆசுவாசப்படுத்த முயன்றேன். கொஞ்சம் கொஞ்சமாக அழுகை அடங்கியது. அவள் என் கையை இறுகப் பற்றினாள், விழப்போகும் போது பற்றுவதுபோல்.

"எனக்கு என்னவோபோல வருது..."

அவள் முணுமுணுத்தாள். நான் அவள் முதுகைத் தடவிக் கொடுத்துக்கொண்டிருந்தேன்.

"பேரென்ன?" நான் கேட்டேன்.

"சாந்தம்மா"

"வீடெங்கே?"

"இப்ப செங்கல் சூளையில"

கொஞ்ச நேரம் நாங்கள் ஒன்றும் பேசிக்கொள்ளவில்லை. நான் கடலைப் பார்த்தேன். கடல், ஆகாயம், நிலவு, நட்சத்திரம் எதிலும் ஓர் அழகும் தோன்றவில்லை. இதயத்தின் அடியாழத்திலிருந்து சொல்ல முடியாததொரு சங்கடம் உருண்டுருண்டு மேலேறுவதாய் உணர்ந்தேன்.

சாந்தம்மா மறுபடியும் ஒருமுறை தேம்பினாள்.

"அக்கா" - நான் உள்ளன்போடு அழைத்தேன்.

"வருத்தப்படாதீங்க. அதோ பாருங்க, நிலா வெளிச்சம் எவ்ளோ நல்லாயிருக்கு"

விஷயத்தை மாற்ற நான் சும்மா ஏதோ சொன்னேன்.

அழகற்ற முகத்தை உயர்த்தி சாந்தம்மா வானத்தைப் பார்த்தாள். கருணாமூர்த்தியான சந்திர பகவான் அமுதக் கதிர்களினால் அந்த

வேசியின் கண்ணீரால் நனைந்த முகத்தைத் தழுவினான். மெல்ல மெல்ல அவளுடைய முகத்திலிருந்து முதுமை உரிந்து விழுவதையும், அவள் தன்னிடம் முதலிலிருந்த கன்னித்தன்மைக்குத் திரும்பிப் போவதையும் நான் கண்டேன். திருவிழா பார்த்துக் குதூகலிக்கும் மழலை மாறாச் சிறுமியைப்போல நிலவு நிறைந்த கடலையும், தெளிவான ஆகாசத்தையும், ஜொலிக்கும் நிலவொளியையும் பார்த்து அவள் அமர்ந்திருந்தாள். தனிமை அவளைச் சூழ்ந்தது. அவளுடைய ஆன்மா விசாலமானது.

"ஒரு பாட்டு பாடணும்னு தோணுது."

எதிர்பார்க்காத நேரத்தில் சாந்தம்மா சொன்னாள்.

நான் அதிசயமாக அவளைப் பார்த்தேன்.

"பாடட்டுமா?"

சின்னக் குழந்தையின் உற்சாகத்தோடு அவள் கேட்டாள்.

பிரபஞ்சத்தை நனைத்துக்கொண்டிருந்த நிலவில், ஆழமுணர முடியா சமுத்திரத்தின், ஆதி அந்தமில்லாத கம்பீரமான சுருதியில் வானவெளியைப் பார்த்தவாறே அந்த வேசி பாடத் தொடங்கினாள்.

> "கண்ணு திறக்காத தெய்வங்களே
>
> அழவும் தெரியாத
>
> சிரிக்கவும் தெரியாத
>
> களிமண் சிற்பங்களே...
>
> மறப்பீர் நீங்கள் இந்த தேவதாசியை...
>
> மறப்பீர்... மறப்பீர்..."

பல்லாயிரம் ஒளி ஆண்டுகளுக்கு அப்பால் இந்தப் பாடலின் கனம் தாங்காமல் துடித்துக்கொண்டிருந்தது அந்த ஒற்றை நட்சத்திரம். என்னை மறந்து ஏதோ ஒரு நேரத்தில் நான் சாந்தம்மாவின் மடியில் தலைவைத்துப் படுத்திருந்தேன். என் பரட்டைத் தலையை விரல்களால் அளைந்துகொண்டே அவள் பாடிக்கொண்டிருந்தாள்.

"பாட்டுப்பாடி உறங்குகின்றேன் நான்

தாமரைப்பூ மொட்டே...

கேட்டு கேட்டு நீ உறங்கென்

இதயத்தின் சினேகமே..."

சாந்தம்மாதான் என்னை எழுப்பினாள்.

"தோ பஸ் வந்திடுச்சு. நாம போக வேண்டாமா?"

கால நேரத்தை உணர்ந்துகொள்ள எனக்குச் சிறிது நேரம் பிடித்தது. தூரத்தில் ஏதோ கோயிலில் பக்தி கீதம் ஒலிக்கிறது. இரைச்சலோடுகூடிய காலைக் கடல். தொடுவானில் அஸ்தமனச் சந்திரன். கரையும் கடற் காகங்கள்.

"சாந்தம்மா போங்க" என்றேன் நான்.

அவள் பாதையைப் பார்த்து நடந்தாள். நான் தலையிலும் உடம்பிலும் ஒட்டியிருந்த மணல் துகள்களைத் தட்டிவிட்டபடி எழுந்தமர்ந்தேன்.

சாந்தம்மா திரும்பி வந்தாள். ஜாக்கெட்டின் உள்ளேயிருந்து ஓர் ஐந்து ரூபாய் நோட்டெடுத்து என் முன்னே நீட்டினாள்.

"தம்பி, எதையாவது வாங்கிச் சாப்பிடு."

அதைப் பெற்றுக்கொள்ள நான் சற்றும் தயங்கவில்லை.

"நேத்து ராத்திரியை, செத்தாலும் நான் மறக்கமாட்டேன். அக்கா"

"போகட்டுமா தம்பி?"

அந்தப் பெண் அவசரமாக பஸ் நிறுத்தத்திற்கு நடந்தாள்.

நோபல் பரிசு அரங்கிலிருந்து...

1997 அக்டோபர் 12.

''இந்த அரங்கிற்கு மீண்டுமொருமுறை வருவதற்கான வாய்ப்பு உங்களுக்குக் கிடைக்கட்டும் என்று நான் வாழ்த்துகிறேன்.''

சரித்திரப் பிரசித்தியும் புராதனமும் கொண்ட ஸ்வீடிஷ் அகடாமி கட்டடத்தில் நோபல் பரிசினை அறிவிக்கும் அரங்கில், இந்திய எழுத்தாளர்களை வரவேற்று நோபல் கமிட்டி சேர்மென் ஷென் எஸ்ப்மெர்க் பேசினார்.

நிகழ்ச்சி முடிந்த பிறகு அவருடன் தனி அறையில் அமர்ந்து ஒயின் குடித்துக்கொண்டே சொன்னேன்.

''சார் இப்படி சொல்றதுக்கு என்னை மன்னிக்கணும், இனி ஒருபோதும் நான் இந்த அரங்கிற்கு வரமாட்டேன்.''

''அதெப்படி அவ்வளவு உறுதியா சொல்றீங்க?''

''எனக்கு ஒருபோதும் நோபல் பரிசு கிடைக்காது என்பதால்தான்.'' கோப்பையை ஒரே மூச்சில் காலி செய்தபடி சொன்னேன்.

''எதிர்காலத்தைப் பற்றித் தீர்மானமாய் எதுவும் பேசாமல் இருப்பதுதான் நல்லது என்று எனக்குத் தோன்றுகிறது. உங்களுக்கு

ரொம்ப சின்ன வயசு. ஒருவேளை இந்த அரங்கில் நோபல் பரிசுக்காக நீங்கள் வந்து நிற்க நேரும் அந்த நேரத்தில், இப்போது பேசிய வார்த்தைகளுக்காய் வருத்தப்பட வேண்டியிருக்கும். அப்போது, நான் அகடாமி சேர்மெனாக இல்லாமல் போகலாம்.''

புகழ்பெற்ற ஸ்வீடிஷ் கவிஞனுமான ஷென் எஸ்ப்மெர்க் சொன்னார்.

''இல்ல சார். நோபல் பரிசு எனக்குக் கிடைத்தாலும்கூட நான் உறுதியாக வாங்க மாட்டேன்.''

நான் திடமான குரலில் சொன்னேன்.

''ஏன் அப்படிச் சொல்றீங்க? நீங்க சார்த்தரின் பாதையைப் பின்தொடர ஆசைப்படுகிறீர்களா?''

சிறிது ஆச்சர்யமும் அதிர்ச்சியுமடைந்தவராய் ஷென் கேட்டார்.

''ஒருபோதும் இல்லை. டால்ஸ்டாய் என்ற மகா புருஷனுக்குக் கொடுக்காமல், ஷெல்லி ப்ருதோம் என்ற அற்ப மனிதனுக்கு நீங்கள் இலக்கியத்திற்கான முதல் நோபல் பரிசைக் கொடுத்தீர்களே! டால்ஸ்டாய் என்ற அந்த மகா கலைஞனுக்குக் கொடுக்காத நோபல் பரிசை, அவனோடு ஒப்பிட்டுப் பாக்கும்போது மிகச் சாதாரணமான ஒரு எழுத்தாளனான நான் ஏற்றுக்கொள்ள முடியாது.''

வழக்கமான என் பாணியில் நான் பதில் சொன்னேன்.

''உங்களோட வாதம் எனக்கு மிகவும் பிடித்திருக்கிறது. ஏற்றுக்கொள்ளக்கூடிய ஒரு கருத்து அதிலிருக்கிறது. ஆனால் பாலன், நோபல் பரிசைத் தீர்மானிப்பதும் மனிதர்கள்தானே. மனித பலகீனம் அனைத்தும் நோபல் பரிசையும் பாதிக்கும்தானே.''

ஷென் எஸ்ப்மெர்க் மிகுந்த யோசனையோடு சொன்னார்.

அங்கிருந்து புறப்படும்போது அந்த நோபல் கமிட்டி சேர்மென் என்னிடம் கேட்டார்.

"பாலன் நீங்க கேரளாவிலிருந்துதானே வருகிறீர்கள்?"

"ஆமாம்."

"கமலாதாஸைத் தெரியுமா?"

"நிச்சயமாக நாங்கள் இருவரும் ஒரே நகரத்தில்தான் வசிக்கிறோம்." நான் சந்தோஷத்தோடு சொன்னேன்.

"எனக்கும் ஸ்நேகிதிதான் அந்த நல்ல படைப்பாளி."

"கமலாதாஸீக்கு நோபல் பரிசு கிடைக்குமா?" நான் ஆர்வத்துடன் கேட்டேன்.

"கிடைக்க வேண்டும் என்பதுதான் ஸ்நேகிதன் என்ற முறையில் என் ஆசை. ஆனால், அதற்கு நிறைய நடைமுறைச் சிக்கல்கள் இருக்கின்றன. ஆல்ஃப்ரட் நோபலின் உயிலில் இருக்கும் விதிமுறைகளை மீறாத முடிவுகளைத்தான் நாங்கள் எடுக்க முடியும்."

அவர் விளக்கிச் சொன்னார்.

"கமலாதாஸைப் பார்க்கும்போது, அவருடைய நண்பனும் ஓர் எளிமையான ஸ்வீடிஷ் கவிஞனுமான என்னுடைய அன்பைத் தெரியப்படுத்துங்கள்"

ஷென் எஸ்ப்மெர்க் பிரியத்தோடு சொன்ன அந்த வார்த்தைகளுக்குத் தலையசைத்து, நோபல் அகடாமி அரங்கிலிருந்து நான் இறங்கி நடந்தேன்.

அன்புமகள் ஷைலஜா

வணக்கம்.

வாழ்த்துகள்.

'சிதம்பர நினைவுகள்' ஒரே மூச்சில் வாசித்து முடித்துவிட்டேன். எளிமையான மொழி. வாசிப்பதற்கு வசீகரமாயிருக்கிறது. அடர்த்தியான அர்த்தமுள்ள சொற்கள். வாசித்து முடித்தவுடன் மனசுக்குள் முற்றிலும் புதிய உணர்வுகள்.

மொழிபெயர்த்த விதத்துக்காக உங்கள் கைக்குத் தங்கக் காப்புகள் போடலாம். அத்தனை இயல்பு. நெருடலேயில்லாத வார்த்தை வசீகரம். கனிந்த வாழைப்பழத்தை விழுங்குவதைப்போல சுலபமாகவும், சுவையாகவும் வாசிக்க முடிகிறது. எத்தனை வாழ்த்தினாலும் தகும்.

மொழிபெயர்ப்புக்குத் தேர்வு செய்த விஷயமும், ஆளும் ரொம்பப்புதுசு. 'என் வாழ்க்கை திறந்த புத்தகம்' என்று பிரகடனப்படுத்துகிறவர்கள் கூட தமது பெருமைகளைச் சொல்வார்கள். சிறுமைகளை மறைப்பார்கள்.

அப்படியே சிறுமைகளை ஒப்புக்கொண்டாலும் ஒரு குறிப்பிட்ட அளவுதான் ஒப்புக்கொள்வார்கள்.

பாலச்சந்திரன் சுள்ளிக்காடு பிரமிக்கத்தக்க அசலான மனிதர். உன்னதமானவர்களெல்லாம் பாமரத்தனமான எளிமையோடுதான் இருப்பார்கள். மகான் பரமஹம்சர், மகாத்மா காந்தி போன்றவர்கள் உதாரணங்கள்.

சுள்ளிக்காடும் அந்த ரகம்தான். மகா உன்னதம். ஆகவே மகா எளிமை. மகா உண்மை.

பரவசத்தொனியில் சொல்லவேண்டிய பெருமைகளையும், கூச்ச உணர்வோடு சொல்லவேண்டிய சிறுமைகளையும் ஒரே தொனியில் - அலட்சிய பாவத்தோடு - அசல் தன்மையோடு வெளிப்படுத்துகிற, வினோதமான நிஜ மேதை.

சிவாஜியைப் பற்றிச் சொன்னது, தன் குடிப்பழக்கத்தைச் சொன்னது, தான் மோகித்த பெண் பற்றிச் சொன்னது, தெரு விபச்சாரியுடன் இரவு முழுக்க சலனமற்றிருந்ததைச் சொன்னது, பட்டினியைச் சொன்னது... ஒரே கல்லூரியில் கணவனும் மனைவியுமாகப் படித்தது... முதல் பிள்ளையைக் கலைத்தது...

அடேயப்பா... யாரும் சொல்லத் தயங்குகிறவற்றையெல்லாம் மகா அசல் தன்மையோடு நிர்வாணமாகச் சொல்கிற அசாத்திய துணிச்சல். அபூர்வமான தன்னம்பிக்கை...

அதுதான் இந்த நூலின் தனித்துவ வசீகரம்.

பாராட்டுகள்.

ஷைலஜா மீது எனக்கு இது வரை பாசம் மட்டுமே உண்டு. இந்த நூலை வாசித்தவுடன் மரியாதையும்...

நூலும் ஷைலஜாவும் பெற்றிருக்கிற அங்கீகாரமும் கவனிப்பும் தகுதியானவை. தகுதியானது அரியாசனம் பெறும்.

தோழமையுடன்

மேலாண்மை பொன்னுசாமி

மலையாள மொழியின் முக்கியக் கவிஞரான பாலச்சந்திரன் சுள்ளிக்காடு இந்தத் தொகுப்பில் 21 சம்பவங்களைக் குறிப்பிட்டு இருக்கிறார். ஒவ்வொரு சம்பவமும் அவரைப் பற்றி மற்றவர்களும் மற்றவர்களைப் பற்றி அவரும் அதுவரை தெரிந்திராத பரிமாண வெளிப்பாடுகளோடு அறிய துணை செய்துள்ளன. சிற்சில தருணங்கள் அவரைப் பற்றி அவருக்கே புதிய தகவல்களைச் சொல்லும் வண்ணம் அமைந்துகொள்கின்றன.

சரிவுகளில் எந்த மனிதனுக்கும் சந்தோஷம் இருப்பதில்லை. எந்த சுவாரஸ்யம் கருதியும் இச்சரிவுகள் நம்மோடு பகிர்ந்து கொள்ளப்படவில்லை. நுட்பமாக நோக்கும்போது இச்சரிவுகளைச் சொல்லும் பொழுது வார்த்தைகளின் இடையே ஒருவித வலி கசிந்திருப்பதை உணர முடிகிறது.

மேலான எல்லா சுயசரிதைகளிலும் அவற்றை எழுதிய மேதைகள் தாம் சரிய நேர்ந்த சந்தர்ப்பங்களையும் சேர்த்தே குறிப்பிடுகின்றனர். அவர்களிடம் எந்த ஒளிவு மறைவும் இருப்பதில்லை. காந்தியின் சுயசரிதையும் லியோ தல்ஸ்தோயின் சுயசரிதையும் உடனடியாக நினைவுக்கு வரும் எடுத்துக்காட்டுகள்.

இந்த நூலின் வழியாகத் தமிழுக்கு நல்ல மொழிபெயர்ப்பாளர் ஒருவர் கிடைத்திருக்கிறார். இலக்கிய அன்பர்கள் அவரை வாழ்த்த வேண்டும். இந்த நூல் மூலம் அவருக்குக் கிடைக்கக்கூடிய ஊக்கத்தால் மேலும் பல மலையாள நூல்களை அவர் தமிழாக்கம் செய்யக்கூடும்.

பாவண்ணன்

சமீபத்தில் வாங்கிய புத்தகங்களில், 'சிதம்பர நினைவுகளும்' 'பச்சை இருளனின் சகாவும்' இருந்தன.

ஞாயிறு இரவு 2:20க்கு விழித்தேன். மீண்டும் தூங்க முடியவில்லை. 'சிதம்பர நினைவுகளை' வாசிக்கத் தொடங்கினேன். அலுவலகம் செல்லும்போது கையில் எடுத்துக்கொண்டேன். கயத்தாறு பஸ்ஸில்

வீடு திரும்பும்போது நிறைய இடங்களில் பாலச்சந்திரன் சுள்ளிக்காடு ஆகியிருந்தேன். ஆக முடியாமலும் இருந்தேன். ஆகிவிட முடியாமல் இப்படி வெறும் கல்யாணியாகவே இருப்பதுதான் இந்த 56 வருடங்களின் மொத்த அவஸ்தையும்.

இன்று 'பச்சை இருளன்' ஆவேன்.

ஷைலஜா செய்திருப்பது அருமையான காரியம். பாலச்சந்திரனின் கவிதைகளையும் அவர் மொழி பெயர்த்தால் நன்றாக இருக்கும். வம்சிக்கும் மற்றும் எல்லோருக்கும் எங்களது அன்பு.

கல்யாண்ஜி

'சிதம்பர நினைவுகள்' புத்தகம் படித்தேன்

அதிலுள்ள மூன்று கட்டுரைகளை ஏற்கெனவே தனித் தனியாக மொழிபெயர்ப்பில் படித்திருந்தேன் என்றாலும் ஒட்டுமொத்தமாகப் படிக்கும்போது பாலச்சந்திரன் என்ற கலகக்காரனின் சித்திரம் பெரும் ஆகிருதியாய் மனசில் கவிந்தது. நண்பர் ஒருவர் படித்துவிட்டு சமீபத்தில் படித்த புத்தகங்களிலேயே தன்னை மிகவும் பாதித்த புத்தகம் இது என்று சொன்னார். எல்லா பாராட்டுகளும் உங்களுக்கே. சரளமாக மொழி பெயர்த்துள்ளீர்கள்.

உதயசங்கர்

மீன் தொட்டியிலிருந்து பழைய தண்ணீரை மாற்றும்போது, சிலர் வலையைக் கொண்டு மீனைப் பிடித்துச் சிறு போத்தல்களில் மாற்றிவிட்டு தண்ணீரை வெளியேற்றுவர். அதன் பின்னர் புதுத்தண்ணீர் ஊற்றிவிட்டு மீனை விடுவார்கள். என் நண்பன் ரகுவரன் அப்படி நீர் மாற்றும் போது, வலையை உபயோகிக்காமல், இரண்டு கைகளையும் சேர்த்து மெதுவாக மீனைப் பிடித்து நீர் மாற்றுவான். ஏனென்றால், 'மீனை வலை அழுத்தும்' என்று கூறுவான். அதைப்போன்று தங்களின்

மொழிபெயர்ப்பு கைகளால் மீனைப் பிடித்து நீர் மாற்றியதுபோல உள்ளது. முழு நூலைப் படிக்கும்போது எந்த இடத்திலும் உறுத்தாமல் இருப்பதை உணர்ந்தேன்.

அறிவழகன்

பத்திரிகைகளின் பார்வையில்...

நெஞ்சைச் சுடும் நூல்

பாலச்சந்திரன் சுள்ளிக்காடின் உலகம் மிகவும் மாறுபட்டது

'சிதம்பர நினைவுகளில்' உள்ள கட்டுரைகள் அனைத்தும் இதுபோல மாறுபட்ட அனுபவங்கள்தான். மொழிபெயர்ப்பாளர் கே.வி.ஷைலஜா இதனை ஒரு மொழிபெயர்ப்பு என்று எண்ணிப்பார்க்க முடியாதபடி கச்சிதமாகத் தமிழ்படுத்தித் தந்துள்ளார். நிச்சயமாக இந்தப் புத்தகம் தமிழ் வாசகர்களுக்கு ஓர் அபூர்வ அனுபவத்தைக் கொடுக்கும் என்பது திண்ணம்

இந்தியா டுடே

நீண்டகால இடைவெளிக்குப் பிறகு, ஒரு நல்ல படைப்பு - பாலச்சந்திரன் சுள்ளிக்காடின் 'சிதம்பர ஸ்மரண' கே.வி.ஷைலஜாவின் மொழி பெயர்ப்பில் தமிழுக்கு வந்துள்ளது. மொழி பெயர்ப்பு இனிமையாகவும் தெளிவாகவும் அமைந்திருக்கிறது. மூலத்தின் ஜீவனும், உக்கிரமும், சோகமும், நிறைவும் ததும்புகிற மொழிபெயர்ப்பு. ஈடுபாட்டுடனும் சிரத்தையுடனும் செய்யப்பட்டிருக்கிற மொழியாக்கங்களிலேயே இவற்றை நாம் காண முடியும். அத்தகைய நூல் இது.

கணையாழி

சமீபத்தில் கே.வி.ஷைலஜா மொழிபெயர்த்த மலையாளக் கவிஞர் பாலச்சந்திரன் சுள்ளிக்காட்டின் 'சிதம்பர நினைவுகள்' புத்தகத்தைப் படிக்க வாய்த்தது. மனதின் மெல்லிய பகுதிகளைச் சுலபத்தில் தூண்டிவிடக்கூடிய புத்தகம் அது. வாசிக்கும் ஒவ்வொரு நிமிடமும் நெகிழ்ச்சி தரக்கூடிய சம்பவங்களை உள்ளடக்கியது. கதையாகவோ, கற்பனையாகவோ அல்லாமல் இவை யாவும் ஒரு மனிதனுக்கு நிஜத்தில் நிகழ்ந்தவை என்கிற எண்ண ஓட்டம்தான் அப்புத்தகத்தின் மீது ஏற்படுகிற பிரேமைக்கு முக்கியக் காரணம். அதனை வாசித்து முடித்ததும் எல்லா சராசரி மனிதனையும்போல எனக்குள்ளும் ஒரு சந்தேகம் தலை தூக்கியது. 'இதெல்லாம் நிஜமாகவே நடந்ததா? இல்லை எழுத்தாளர் தன்னோட கற்பனையையும் சேர்த்துப் போட்டு தாக்கி இருக்காரா?' என்கிற எண்ணம் தோன்றியது. அந்தப் படைப்பு எனக்குள் ஏற்படுத்திய உணர்வு அலைகளை மட்டுப்படுத்துகிற காரியம் இந்தச் சந்தேகம் என்று மனதில் பட, தேவையற்றது என அதை ஒதுக்கினேன். ஏனெனில், இதுபோன்ற படைப்புகளில் நிரூபணம் தேடுவது என்பது ஒரு விதத்தில் அபத்தமான காரியம்.

தீம்தரிகிட